குமாஸ்தாவின் பெண்

கா. ந. அண்ணாதுரை

Title: Gumasthavin Penn

Author: C. N. Annadurai

Language: Tamil

First Published on: 1942

Year of Publication: 2024

Book Format: Paperback

*Page Size: 6inch * 9inch*

Category: Fiction

Subject: Short Novel

No. of pages: 70

ISBN: 978-81-987963-5-6

Published by: Nilan Publishers, Madurai, Tamilnadu, India

பொருளடக்கம்

குமாஸ்தாவின் பெண்...4

பகுதி: 1..4

பகுதி: 2..15

பகுதி: 3..26

பகுதி: 4..36

பகுதி: 5..48

பகுதி: 6..59

குறிப்புகளுக்காக

குமாஸ்தாவின் பெண்

பகுதி: 1

“ஆமாம்! நானும் ஒரு குமாஸ்தாவின் மகள்தான். என் பெயர் காந்தா. குமஸ்தாவின் மகள் என்ற நாடகம் பார்த்திருக்கிறீர்களே. அந்த நாடகக் கதையில் வரும் குமஸ்தாவின் பெண்ணுடைய பெயர் சீதா. அவள் சமுதாயக் கொடுமையால் செத்தாள், தற்கொலை செய்து கொள்கிறாள். அது நாடகத்தில் நடப்பது. நிசமாக நடந்ததல்ல. நான் தேவிதமான கொடுமையால் சாகவில்லை. ஒருவனை, என் ஆசை நாயகனை, சாகடித்தேன். நாடகத்திலே பரிதாபத்திற்குரிய சீதா தற்கெலை செய்து கொள்கிறாள். நான், பழி பாவத்துக்கு அஞ்சாதவள். கொலை செய்தேன். என்னைத் தண்டியுங்கள். ஆனால் தண்டிப்பதன் மூலம், நீங்கள் இந்த ஒரு காந்தாவை அடக்கலாம். இதே நேரத்திலும், இனியும் தோன்ற இருக்கும் காந்தாக்களைத் தடுக்க என்ன செய்வீர்? ‘பிளேக்’ வந்தவனுக்கு ஊசி போட்டு விட்டால், ஊரிலே வேறு யாருக்கும் பிளேக் வராது என்று கூறிவிடமுடியுமா? இந்தக் காந்தாவைக் கொன்றுவிட்டால், இனி வேறு காந்தா கிளம்ப மாட்டாள் என்றா எண்ணுகிறீர்கள்?

என் இளவயதில் நான் தூக்குமேடை ஏறவேண்டுமே என்று எனக்குப் பயமுமில்லை, துக்கமுமில்லை. என்னைப் பற்றி ஊரார் ஏசுவார்களே என்று வெட்கமுமில்லை. அந்த உணர்ச்சிகள் என்னை இப்போது அண்டுவதில்லை. மரத்துப் போன மனம் என்னுடையது. உளுத்துப் போன நியதிகளை நீதியாகக் கொண்ட உலகம் இது.

ஏனய்யா, இப்படி விறைத்துப் பார்க்கிறீர், கவலையா? எனக்கு மரண தண்டனை தரவேண்டுமே, என் செய்வது? அறியாத பெண்ணாயிற்றே, இவளைச் சாகச் சொல்வதா என்று சோகமா உமக்கு? பாவம்! நான் உயிரோடு இருப்பதாகவா கருதுகிறீர்? நான் இறந்து பத்தாண்டுகள் கிட்டத்தட்ட ஆகிவிட்டன. கள்ளங்

கபடமற்ற காந்தா பன்னெடு நாட்களுக்கு முன்பே கொல்லப்பட்டாள். இந்தக் காந்தா, பழிவாங்கும் பேர்வழி.

வழக்கை வளர்த்திக் கொண்டிருக்க வேண்டாம். சோமுவை நான்தான் கொன்றேன். கழுத்தைத் திருகினேன். அவன் இறந்தான். சாகும்போதுகூட நான் அவனை அணைத்துக் கொண்டிருந்தேன். அவனை மட்டும் நான் கொல்லாது போயிருந்தால் என்ன நடந்திருக்கும் தெரியுமா? சோமு ஒரு கொலைகாரனாகி நின்று கொண்டிருப்பான். நான் அவனுக்குக் கடைசியாகச் செய்த உதவி, அவனைக் கொன்றேனே அதுதான். பத்தாண்டுகளுக்கு முன்பு சோமு என்னைக் கொன்றான். இப்போது நான் அவனைக் கொன்றேன்; அவனுக்கு உதவி செய்தேன்.

ஏன் விழிக்கிறீர்கள்? நான் உளறுவதாக நினைக்கிறீர்கள்? அப்படித்தான் எண்ணுவீர்கள், சகஜம். என்னுடைய வாழ்க்கை வரலாற்றை நானே எழுதி வைத்திக்கிறேன். அது கிடைத்தால் என் மரணத்துக்குப் பிறகு அதைப் படியுங்கள்; விஷயம் விளங்கும். போதும் நான் உலகில் வாழ்ந்தது. விடை கொடுங்கள். செல்கிறேன், முதலில் என்னைத் தண்டித்து விடுங்கள். உங்கள் வேலை முடியட்டும். பலருடைய ஆசையும் நிறைவேறட்டும்.

சோமு என்ற தனது 'ஆசை நாயகனை'க் கொன்றதாக, காந்தா என்ற மாது குற்றஞ் சாட்டப்பட்டு, சென்னைக் கோர்ட்டிலே விசாரணை நடந்தது. காந்தாவுக்கு வயது இருபத்தைந்து அல்லது இருபத்தாறு இருக்கும். அழகி. ஆனால் கொலைகாரி! அதற்கு ஏராளமான ருசு கிடைத்துவிட்டது. தண்டனை நிச்சயம், என்று இந்த வழக்கைக் காண வந்திருப்பவர்கள் பேசிக் கொண்டனர். கோர்ட்டிலே காந்தா, பயமோ, பதைப்போ, துக்கமோ, துடிப்போ, இல்லாமல் மிக அமைதியாக இருந்ததைக் கண்ட நீதிபதி வக்கீல் முதலானவர்கள், தூக்கு மேடைக்குப் போவோம் என்று தெரிந்தும், இவளுக்கு இவ்வளவு தைரியம் எப்படிப் பிறந்தது என்று எண்ணி ஆச்சரியமடைந்தனர். பல சாட்சிகள் விசாரணை செய்யப்பட்ட பிறகு, குற்றவாளி ஏதாகிலும் கூறவேண்டியது இருக்கிறதோ என்று நீதிபதி கேட்டார். அப்போது காந்தா பேசியது, மேலே நாம் விவரித்தது. கோர்ட்டாருக்கோ, வேடிக்கை காண வந்தவர்களுக்கோ, காந்தா பேசியதன் பொருள் விளங்கவில்லை.

தூக்குத் தண்டனை விதிப்பார்கள் என்று கிலி பிடித்துக் கொண்டதால், காந்தாவின் மூளை குழம்பி விட்டதென்றும், பைத்தியம் பிடித்ததாலேயே, ஏதேதோ உளறினாளென்றும், கோர்ட்டில் பேசிக் கொண்டனர். ஆனால் உண்மையில் காந்தாவுக்குப் பைத்தியமுமில்லை, மனக் குழப்பமுமில்லை. மிகத் தெளிவாகவே இருந்தாள். காந்தாவுக்குத் தூக்குத் தண்டனை விதிக்கப்பட்டது. வழக்கமான சடங்குகளுக்குப் பிறகு காந்தா தூக்கிலிடப்பட்டாள்.

காந்தாவின் கதி கண்டு வருந்தினவர்கள் யார்? அவளது தங்கை சாந்தாவும், அவளது காதலன் சங்கரனும் தவிர வேறு யாரும் வருந்தவில்லை.

விபசாரி! கொலைகாரி! குலத்தைக் கெடுத்தவள்! மிராசுக் குடும்பத்தை அழித்தவள்! சோமுவைக் கொலை செய்தவள்! – என்று பலர் பலவிதமாகத் தூற்றினார்கள். காமத்துக்குப் பலியான சோமுவின் ‘பரிதாபச் சிந்து காலணா’ என்றும், ‘கொலைகாரக் காந்தாவின் கோர மரணம்’ என்றும் பாட்டுப் புத்தகங்கள் விற்கப்பட்டன. பத்திரிகாசிரியர்கள் ‘விபசாரத்தால் வந்த வினை’ என்று தலையங்கங்கள் எழுதித் தீர்த்தனர்.

வழக்கும் தூக்கும் வம்பளப்பும் முடிந்து சில நாட்கள் சென்றபிறகு, சாந்தாவும் சங்கரனும் சென்னையை விட்டு வெளியேறி, கலியாணம் செய்து கொண்டு, ஒரு கிராமத்தில் வசித்து வந்தனர். அவர்களிருவருக்கு மட்டுமே காந்தாவின் பரிதாப வரலாறு முழுவதும் தெரியும். ‘காந்தாவின் டைரி’ அவர்களிடந்தான் இருந்தது.

சங்கரன் காந்தாவின் டைரியைப் புத்தகமாகப் பிரசுரிக்கத் தீர்மானித்தான். உலகில் மறுபடியும் காந்தாவைப் பற்றித் தாறுமாறாகப் பேசுவார்களே! எதற்காக அத்தகைய வம்பளப்புக்கு இடமளிக்க வேண்டும்; ‘புத்தகம் போடக் கூடாது’ என்று சாந்தா கூறினாள். “சாந்தா! உலகத்தார் காந்தாவைத் தூற்றினாலும் கவலையில்லை. அவளது வாழ்க்கை வரலாற்றைப் படித்து ஓரிருவராவது பாடம் கற்றுக் கொண்டால் போதும். மேலும்,

விஷயத்தைப் பகுத்தறியக் கூடியவர்கள் காந்தாவைப் பற்றிப் பரிதாபப்படுவார்களே யன்றிப் பழிக்க மாட்டார்கள். அவர்கள் தூற்றினாலும் சரி, கவலையில்லை. நான் காந்தாவின் டைரியைப் பிரசுரிக்கத்தான் போகிறேன். நாமிருவரும் சேர்ந்து முகவுரை எழுதுவோம்'' என்று சங்கரன் கூறினான். அங்ஙனமே செய்தான். எவ்வளவோ எதிர்ப்புகளை அடக்கிச் சாந்தாவைக் காதலியாகப் பெற்றவன் சங்கரன், அது வேறு கதை! ஆகவே அவன் தீர்மானித்தால் நிறைவேற்றாமல் விடுவதில்லை. காந்தாவின் 'டைரி' புத்தக ரூபமாக வெளிவந்தது! சிலர் கண்ணீர் வடித்தனர். படித்து முடித்ததும் சிலர், ''இதை வெட்கமின்றி வெளியிட்டானே பிரகஸ்பதி'' என்று சங்கரனைத் திட்டினார்கள். ஆனால், அந்த டைரிதான் இதோ இனி நான் உங்களுக்குத் தரப்போவது, கேளுங்கள் காந்தாவின் டைரியை...! காந்தா எழுதியதில் சிறுசிறு பிழைத் திருத்தங்கள் செய்தேனேயன்றி விஷயத்தை மாற்றவில்லை. காந்தா எழுதினதில் காணப்பட்ட எழுத்துகளில் இருந்த பிழையை நான் திருத்தினேனேயன்றி அவள் எண்ணத்தை, நடந்த சம்பவங்களை, காந்தா எழுதினபடி அப்படியேதான் உங்களிடம் தருகிறேன். பாருங்கள் இந்தப் பரிதாபப் பெண்ணின் படத்தை.

இந்த நாடகக் கம்பெனிக்காரர்கள் வண்டி எங்கள் வீட்டுப் பக்கமாக வரும்போதெல்லாம் எனக்குக் கோபந்தான் வருவது வழக்கம். விதவிதமான பயங்கரங்களைக் காட்டிக் கொண்டு, ரக ரகமான நோட்டீசுகளைப் போட்டுக்கொண்டு, மனத்தைக் கெடுத்தே விடுகிறார்கள். நெஞ்சை உருக்கும் பாடல்கள், உல்லாசமான சம்பாஷணை, உயர்தரமான நடிப்பு, அற்புதமான சீன் ஜோடிப்பு, அவர் பாடுகிறார், இவள் ஆடுகிறாள் என்றெல்லாம் நோட்டீஸ் போட்டு ஆசையைக் கிளப்பி விடுகிறார்கள். எங்களிடத்திலே பணமா இருக்கிறது. நாடகத்திற்குப் போக? அப்பாவுக்கு வருவதோ மாதம் 26 ரூபாய். அடுப்பிலே உலை தவறாது ஏறினாலே போதும். இந்த இலட்சணத்திலே தம்பிக்கு வேறு, பள்ளிக்கூடச் சம்பளம் கட்ட வேண்டும். அவன் படித்துவிட்டு என்ன சாதிக்கப் போகிறானோ தெரியாது. சாந்தாவின் குரல் தங்கக் கம்பிபோலிருக்கிறது. பாட்டுச் சொல்லிக் கொடுத்தால் ரம்மியமாக இருக்கும் என்று சொல்லுகிறார்கள். எனக்கோ இன்னமும் கலியா–

நாடக வண்டிகளைப் பார்க்கக் கூடாது என்றிருந்தவள் அன்று பார்க்க வேண்டியதாயிற்று. "குமாஸ்தாவின் பெண், குமாஸ்தாவின் பெண்!" என்று கூறினர். நானும் ஒரு குமாஸ்தாவின் பெண்தானே! ஆகவே நோட்டீசை வாங்கச் சொன்னேன். சாந்தா ஓடிப்போய் வாங்கிக்கொண்டு வந்தாள். கதைச் சுருக்கம் அதில் இருந்தது. அசல் எங்கள் குடும்பக் கதைதான். ஆகவே, இந்த நாடகத்தை எப்படியாவது போய்ப் பார்க்க வேண்டும் என்று ஆசை பிறந்தது. அப்பாவிடம் சொன்னேன். அவர் என்ன செய்வார் பாவம், "கண்ணில்லை யோடி காந்தா, பெரிய பெண்ணாயிருக்கே, நோக்குத் தெரியாதோ நம்ம ஆத்துக் கஷ்டம்" என்று சொன்னார். வறுமை பிடித்து வாட்டும் நாங்கள் குடியிருக்கும் வீட்டுப் பக்கமாக, பாழாய்ப் போன சினிமா, டிராமா வண்டிகளும், பட்டுப் புடவைக்காரனும், பம்பாய் சேட்டும் ஏன்தான் வரவேண்டும்? நாசமாய்ப் போகிறவாள் எங்களை வறுமையோடாவது விட்டு வைக்கக் கூடாதா? இல்லாதவாளிடம் வருவானேன், இது வேண்டுமா, அது வேண்டுமா என்று கேட்பானேன்? இப்படிச் சித்திரவதை நடக்கிறதே உலகில் சிவனே என்று அவாளவாள், அவாவா காரியத்தைக் கவுனிச்சுண்டேதான் இருக்கா? மனுஷ்யர் மட்டுமா, தெய்வங்ககூட சும்மாதான் இருக்கு.

இரண்டாம் வாரம், மூன்றாம் வாரம் 'குமாஸ்தாவின் பெண்' நாடகம் நடந்துகொண்டே இருந்தது. ஒவ்வொரு நாளும் எனக்கு ஓயாத தொல்லை. அப்பாவுக்குச் சங்கடம். என் முகத்தைக் கண்டு அவரால் சகிக்க முடியவில்லை.

"காந்தா, நாளைக்கு ரெடியா, இரு. நாடகம் செல்வோம். சாந்தாவும் வரட்டும்" என்று ஒரு தினம் அப்பா சொன்னார்.

"என்ன வாலிபந் திரும்புகிறதோ, குடும்பம் கிடக்கிற கிடப்பிலே நாடகம் வேறே வேண்டியிருக்கோ, இங்கேதான் நல்லதங்கா நடக்கிறதே, நாடகம் போறாராம் நாடகம்" என்று அம்மா கோபத்தோடு கூறினார்கள். வாஸ்தவந்தானே. அந்த முக்கால் ரூபாய் இருந்தால் எங்கள் குடும்பத்துக்கு எவ்வளவோ சௌகரியம்.

நாடகம் சினிமா இவை இருக்கும் உலகத்திலே பணப் பஞ்சம் ஏன் இருக்க வேண்டும்? குமாஸ்தாவின் பெண் நாடகம் எவ்வளவு அருயைமாக இருந்தது தெரியுமோ? என்ன அருமையாக நடிக்கிறார்கள், டி.கே. சண்முகம் கம்பெனியார். இராமு வேடத்திலே சண்முகம் நடிப்பது எல்லோருக்கும் பிடித்தது. சீதா இறந்தது கேட்டு இராமு, சீதா! சீதா, என்று அலறிக் கொண்டு ஓடும்பொழுது, மனம் துடிக்கிறது. சீதாவாக நடிக்கும் சிறுவன் அசல் பெண்போல்தான் தெரிகிறான். சீதாவின் தங்கை சரசுவாக எம்.எஸ். திரௌபதி என்ற பெண் ஜோடியாக நடிக்கிறாள். “நீங்கள் மிராசுதாரர், உங்காத்துலே விதவிதமாகக் குடங்கள் இருக்கும். எங்களுக்கு இருப்பது இந்த ஒரு குடந்தான்” என்று சரசு கூறும்போது கசியாதவர்கள் இல்லை. குமாஸ்தாவாக நடிப்பவர் ரொம்ப நன்றாக நடித்தார். ஆமாமா, யாரைச் சொல்லி யாரைச் சொல்லாமல் விடுகிறது. நீங்கள் பார்க்க வேண்டும் அவ்வளவுதான். நான் எவ்வளவு சொன்னாலும் போதாது, புரியாது போங்கள்.

கதை தெரியுமோ, முதல் தரமானது. ஒரே ஒரு குமாஸ்தா. எங்கப்பாபோல் அவருக்கு இரண்டு பெண்கள், ஓர் ஆண். எங்காத்திலே நாங்கள் இருப்பதுபோல் சீதா மூத்தவள், நல்ல அழகி. சரசா இளையவள் எங்கள் சாந்தா போல். அழகு, குணம் எல்லாம் என் தங்கை போலத்தான். வறுமை பிடுங்கித் தின்கிறது. எங்காத்திலே இருக்கிற கஷ்டம்தான் சீதாவுக்கு இராமு என்ற ஒருவன் மேலே ஆசை. அவனுக்கோ கோவில் குளம், பூசை, புத்தகம் முதலியவற்றிலே ஆசை. அவளையும் கலியாணம் செய்து கொண்டு அவன் கோவிலுக்குப் போவதை எந்தக் கடவுள் வேண்டாமென்று கூறிவிடுமோ தெரியவில்லை. அவன் கல்யாணமே கூடாது என்று கூறிவிட்டான். எந்தக் கோவிலும் பிள்ளையார் கோவில் தவிர, தேவி இருக்கே. நாம் ஏன் கல்யாணம் வேண்டாம் என்று சொல்ல வேண்டும் என்று இராமு யோசிக்கவில்லை. யோசிக்க நேரமேது? சதா தேவாரம் திருவாசகம் படிக்கவும், குளித்துப் பூசை செய்யவும் நேரம் போய்விடுகிறது. வரதட்சணைதான் ஒரு சாபக்கேடு இருக்கிறதே எங்க குலத்திலே. சீதாவுக்குப் பணமேது? ஒரு கிழவனிடம் தள்ளுகிறார்கள்; அவன் சாகிறான். மொட்டச்சியாகிறாள் சீதா. பிறகு அந்த ஊர் மிராசுதாரன் சீதாவைக் கெடுக்க வருகிறான். எவ்வளவோ கஷ்டம் குமாஸ்தா காலமாகிறார். சீதா தற்கொலை செய்து கொள்கிறாள். பிறகு இராமு சரசாவைக் காப்பாற்றுகிறான். அவனை ஒரு கரம்புக்காரனுக்குக்

கலியாணம் செய்ய ஏற்பாடாகிறது. கலியாணப் பந்தலிலேயே சண்டை. "போடா போ! சரசாவை நானே கலியாணம் செய்து கொள்கிறேன்" என்று இராமு கூறிவிட்டுக் கலியாணம் செய்து கொள்கிறான். சரசா நிம்மதியாக வாழ்கிறாள். இது கதை. பார்த்தால்தான் தெரியும். இதில் உள்ள சுவை.

சீதாவை ஒரு கிழவனுக்குக் கல்யாணம் செய்து கொடுக்கும் சீன் நடக்கும்போது, என்கதி என்னாகுமோ என்று எண்ணி, கண்களில் நீர் தளும்ப, அப்பாவை நோக்கினேன். அவர் மனம் வேதனையில் இருந்ததுபோல தெரிந்தது. துக்கம் தொண்டையை அடைத்துக் கொண்டதால் அப்பா கம்மலான குரலுடன், 'பாவி கிளியை வளர்த்துப் பூனையிடம் கொடுத்தானே' என்று குமாஸ்தாவைத் திட்டினார். என் மனத்தில் ஓர் ஆனந்தம் உண்டாயிற்று. அப்பா என்ன கஷ்டம் வந்தாலும் சீதாவைக் கிழவனுக்குக் கொடுத்ததைப் போல என்னைக் கலியாணம் செய்துவிட மாட்டார்கள் என்று தைரியம் பிறந்தது.

இப்படிப்பட்ட நாடகங்களைப் பார்த்த பிறகாவது நம்ம குலத்திலேயிருந்து இந்த வரதட்சணைப் பேயை ஓட்டிவிட வேண்டாமா? கதை முடிந்தது. வீட்டுக்கு வந்தோம். அம்மாவிடம் கதையைச் சொன்னபோது அவள், 'ஆமாம்! அந்த ஏழைப் பிராமணன் வேறே என்ன செய்வான்? எத்தனை நாளைக்குச் சீதாவை வீட்டிலேயே வைத்திருக்க முடியும்? கிழமோ, குருடோ எதுவோ ஒன்றின் தலையில் கட்டித்தானே தீர வேண்டும்' என்று கூறினாள். "சீ! முட்டாளே! அவன் காரியம் மகா பிசகு" என்று அப்பா வாதாடினார். சாந்தா தூங்கி விட்டாள். எனக்கோ அப்பாவுக்கும் அம்மாவுக்கும் நடந்த பேச்சு பயத்தை உண்டாக்கிவிட்டது. என்னை அழைத்துக் கொண்டு போகப் படு கிழவன் வருவதாகவும், நான் பயந்து கொண்டு அப்பாவிடம் ஓடுவது போலவும் கனவு கண்டேன். மறுதினம் காலையில் எழுந்ததும், வாசலில் நின்று கொண்டு தெருவை நோக்கினேன். எதிர்வீட்டில் ஒரு சுந்தர வாலிபன் நின்று கொண்டிருக்கக் கண்டேன்.

நெடு நாட்களுக்கு முன்பே கல்கத்தா சென்றிருந்த அலமு, தன் கணவனை இழந்துவிட்டு மகனுடன் ஊர் திரும்பி எங்கள் வீட்டு

எதிர்வீட்டை விலைக்கு வாங்கிக் கொண்டு, அதில் குடியேறினாள். அவள் வரப்போகிறாள் என்பது எனக்கு முன்னாலே தெரியும். அவள் பிள்ளைக்குத் தலைசீவிச் சடை போட்டுப் பொழுது போக்கலாம் என்று நான் எண்ணியதுண்டு. ஆனால், அலமுவின் மகன் நான் எண்ணிக் கொண்டிருந்தபடி சிறிய அம்பியல்ல! அலமுவின் பிள்ளைதான், நான் நாடகம் போய்வந்த மறுதினம் காலையில் என் கண்களுக்குக் காட்சி அளித்தது. நான் தொட்டு விளையாட முடியாத பருவம், என்கிட்ட வரமுடியாத வயது. ஏறக்குறைய இருபது இருக்கும் என்கிட்டே அந்தச் சுந்தர ரூபன் வர முடியாது என்று கூறினேனல்லவா! அவன் என்ன செய்தான் தெரியுமோ! யாரது புதிதாக இருக்கிறதே என்று நான் பார்த்தேனோ இல்லையோ, ஒரே தாவாகத் தாவி என் நெஞ்சில் புகுந்து கொண்டான். அந்த உருவம் எதிர்வீட்டு வாசற் படியண்டைதான் இருந்தது. ஆனால், என் நெஞ்சிலே சித்திரம் பதிந்துவிட்டது. சுந்தரமான அவனது பெயர் சோமசுந்தரம். அலமு அதிர்ஷ்டக்காரி என்று அடிக்கடி அம்மா என்னிடம் கூறுவதுண்டு. அலமுவுக்கு ஐசுவரியம் இருக்கு என்பதால் நான் நாக்கைத் தட்டுவது வழக்கம். ஐசுவரியம் இருக்கட்டுமே அவளிடம், அதனால் நமக்கென்ன என்று கூறுவதுண்டு. ஆனால், இப்படிப்பட்ட மைந்தனை அலமு பெற்றிருப்பது எனக்கென்ன தெரியும். அந்தச் செல்வத்தை நான் பெற வேண்டும் என்று, பார்த்ததும் எண்ணினேன். முன்னாளிரவு நான் கண்ட நாடகத்தால் பல எண்ணங்கள் என் மனத்திலே உதித்தன. அதிலே முக்கியமானது கருத்துக்கிசைந்த மணாளனைப் பெற வேண்டும் என்பதுதான். அதே எண்ணத்தை அணைத்துக் கொண்டுதான் முன்னாள் இரவு நான் தூங்கினேன். காலையில் எழுந்ததும் என் கண்களில் சோமசுந்தரம் தென்பட்டால், எனக்கு எப்படியிருக்கும்! நீங்களே யோசியுங்கள். பசியோடு உலவும் ஒருவன் பட்சணக் கடையருகே வருகையில், கமகமவென வாசனை வீசினால் நாக்கில் நீர் ஊறாதா! நான் இதோ வெளிப்படையாகக் கூறுவதைப்போலப் பல பெண்கள் கூறமாட்டார்கள். ஆனாலும் நான் மயங்கினதைப் போல மயங்காத பெண்கள் எத்தனை பேர் இருக்க முடியும்? அந்த மரக் கட்டைகளைப் பற்றிப் பேசுவானேன்?

இவ்வளவையும் எண்ணிக்கொண்டு நான் சோமசுந்தரத்தைப் பார்த்தபடி நின்றுகொண்டயிருந்தேன், என்று எண்ணுகிறீர்களா, அதுதான் இல்லை. ஒருமுறை பார்த்தேன். தலைகுனிந்து கொண்டே யோசித்தேன். யாராக இருக்கும் என்று. அலமுவின் மகன் என்ற

யோசனை தோன்றிற்று. மறுபடி ஒருமுறை பார்த்தேன். அதற்குள் அம்மா சொன்னார்கள். "காந்தா! அவன் அலமுவின் பிள்ளை" என்று. உடனே நான் வேறு வேலைகளைக் கவனிக்கச் சென்று விட்டேன்.

அலமுவும் எங்கள் அம்மாவும் பாலிய சிநேகிதமாம். ஆகவே, அடிக்கடி அவர்கள் வீட்டு விஷயங்களைப் பேசுவதற்குச் சந்தர்ப்பம் கிடைக்க ஆரம்பித்தது. முதலிலே அம்மாதான் ஏதாவது பேச ஆரம்பிப்பார்கள். அந்தச் சுவாரஸ்யமான பேச்சை நான் முடிக்க விடுவதில்லை. கேள்வி மேல் கேள்வி போடுவேன். அது எப்படி, இது எப்படி என்று விசாரிப்ப÷ன்! இப்படிப் பேசிப் பேசிச் சோமசுந்தரத்தைப் பற்றிய பல விஷயங்களைத் தெரிந்து கொண்டேன்.

சோமசுந்தரம் பெயருக்கேற்ற ரூபவான். தங்கமான குணம், நல்ல படிப்பு, இளமை, இவ்வளவும் ஒருங்கே பொருந்தியவன். எவள் 'கொடுத்து வைத்திருக்கிறாளோ' அவரது மனைவியாகி மகிழ்ச்சியோடு வாழ. கைக்கு எட்டாத கனியானாலும், நினைப்புக்கு எட்டாமற் போகுமா? அதுபோல் எனக்குச் சோமுவின் மீது எண்ணம் விழுந்தது. இத்தகைய மணாளன் கிடைத்தால் மகிழ்ச்சியோடு வாழலாம். உலகில் எதற்குப் பிறந்தோம். சந்தோஷமாக வாழ்வதற்காகத்தானே! ஆனால் சுந்தரம் என்னைக் கண்டு ஆசைப்பட்டாலும் என் வறுமையைக் கண்டால் பயப்படுவார். கதைகளிலே வருவதுபோல், ஏழைப் பெண்ணாக இருந்தாலும் எனக்கு அவள்தான் வேண்டும் என்று சொல்லி என்னைக் கலியாணம் செய்து கொண்டால், எவ்வளவு இன்பமான வாழ்வு எனக்குக் கிடைக்கும். எனக்கு அந்த வாழ்வு கிடைத்தால் என் தங்கை சாந்தாவுக்கு எப்படிப்பட்ட மேலான இடத்திலே வரன் தேடுவேன் தெரியுமா? எங்கள் வறுமை ஓடியே போகும். வாட்டம் தீர்ந்து விடும் – இத்தகைய எண்ணங்கள் அலைபோல் மனத்தில் மோதும். எப்படியோ நான் ஓர் இன்ப மாளிகையை என் மனத்தில் கட்டிவிட்டேன்.

என் தங்கை சிறு பெண்ணாகையால் அடிக்கடி அலமு அத்தையிடம் போய்ப் பேசுவாள். தோட்டத்திற்குச் சென்று விதவிதமான மலர்களைக் கொண்டு வருவாள். அலமுவும் சாந்தாவிடம் அன்பாக

இருக்கவே, இந்தத் தொடர்பு அதிகரித்துக்கொண்டே வந்தது. ஒவ்வொரு நாளும் சோமு என்னைப் பற்றி ஏதாவது பேசாதிருப்பதில்லையாம். அதை அப்படியே சாந்தா வீட்டில், ‘பிளேட்’ வைப்பாள். சாந்தா கூறுவதைக் கேட்க எனக்குப் பரமானந்தமாக இருக்கும். அப்பா பெருமூச்செறிவார், அம்மா “அகிலாண்டேஸ்வரியின் கிருபை எப்படியோ, யார் கண்டார்கள்” என்று உருக்கமாகச் சொல்லுவார்கள். சாந்தா குறும்புப் பார்வையுடன் என்னை நோக்கிச் சிரிப்பாள். அவளுடைய கன்னத்தை நான் நோகாதபடி கிள்ளுவேன். இந்த ஆனந்தம் எங்கள் குடும்பக் கவலையைக் கூட ஓர் அளவுக்குக் குறைத்தது. பாம்பும் தேளும் நெளியும் குழியிலே விழுந்தவன் கைக்குக் கிடைத்த வேரைப் பிடித்துக் கொண்டு தொங்குகிறபோது, தேன் கூட்டிலிருந்து துளி தேன் சொட்ட அதைப் [illegible] சந்தோஷப்பட்டான் என்று கதை சொல்வார்களே அதைப் போலிருக்கிறது எனது சந்தோஷம்.

“காந்தா, கேட்டாயோ சங்கதி? இன்னிக்குச் சுந்தரம் உங்க அக்காவுக்கு ஏன் இன்னும் கலியாணம் ஆகவில்லை என்று கேட்டான்” என்று சாந்தா கூறினாள் ஒரு நாள். நான் புன்சிரிப்பை அடக்கிக்கொண்டு ஏதோ வேலை செய்வதைப்போல் இருந்துவிட்டேன். ‘நீ என்ன பதில் சொன்னே’ என்று அம்மா ஆவலுடன் கேட்டார்கள்.

“இன்னும் நல்ல இடம் கிடைக்கவில்லை, என்று சொன்னேன்” சாந்தா கூறினாள்.

“குட்டி பிகுவோடுதான் பேசியிருக்கா” என்று அம்மா கூறிவிட்டுச் சிரித்துக்கொண்டே என்னைப் பார்த்தார்கள்.

“சதா அவா ஆத்திலே உனக்கு என்னடி வேலை” என்று நான் சாந்தாவைக் கேட்டு அதட்டினேன்.

“அதுயார் வீடு? அலமு அத்தை வீட்டுக்கு நான் கோபாமெ வேறெ யார் போவா?” என்று கம்பீரமாகக் கேட்டாள் சாந்தா.

“அவா உன்னை அழைக்கிறாளோ தாம்பூலம் வைத்து!” என்று நான் கேலி செய்தேன்.

“தாம்பூலம், மேளதாளம், சீர்செட்டு, வரிசை எல்லாம் வைத்து உன்னை அழைக்கப் போறாளே அலமு அத்தை, அப்போது செய்யம்மா அதிகாரம்” என்று சாந்தா பதிலுக்குக் கேலி செய்ய ஆரம்பித்தாள்.

“வர வர நீ துஷ்டையாகிறாய்” என்று கூறிக்கொண்டே சாந்தாவைப் பிடித்திழுத்து கன்னத்தைத் திருக எண்ணினேன். அவள் என் பிடிக்கா அகப்படுவாள்! ஒரே ஓட்டமாக ஓடிப்போய் அலமு வீட்டிலே புகுந்து கொண்டாள். பார்க்கிறேன் நான். சாந்தா சோமுவிடம் ஏதோ பேசிக்கொண்டு விழுந்து விழுந்து சிரிக்கிறாள்.

பகுதி: 2

காதல் விஷயமாக நான் பல கதைகளில் படித்திருக்கிறேன். துஷ்யந்தன் சகுந்தலையைக் கண்டகதை, நளதமயந்தி கதை, இராமச்சந்திரன் சீதாபிராட்டியார் கதை, சத்தியவான் சாவித்திரி கதை என்று பல படித்துமிருக்கிறேன். ஆனால், அவையெல்லாம், கடவுள் கை கொடுத்துதவினார் என்றுதான் கூறப்பட்டிருக்கிறது. அதேபோல் அபலையாகிய என் பொருட்டு அவர் செய்வாரா? அவ்வளவு அக்கறை ஆண்டவனுக்கு என்னிடம் இருந்தால் எங்கள் வறுமையை முதலில் ஓட்டிவிட்டு மறு வேலை பார்க்கமாட்டாரா! அதையே செய்யாதவர் அவருக்கிருக்கிற வேறு எத்தனையோ வேலைகளை ஒதுக்கி வைத்துவிட்டு என்மீது சோமுவுக்கு அன்பு உண்டாகும்படிச் செய்ய முன்வரவா போகிறார்! நடக்கிற விஷயமா? சோமுவுக்கும் எனக்கும் மணம் நடந்து, கதைகளிலே கூறப்படுவதுபோல், கஷ்டங்கள் ஏற்பட்டால் கூடப் பொறுத்துக் கொள்ளலாம் என்று நான் எண்ணினேன்.

வறுமையின் காரணத்தால் எனக்கு உலகின் மற்றைய காட்சிகளைக் காண, நேரமோ, வசதியோ கிடையாது. மன மகிழ்ச்சிக்கு வேறு மார்க்கமும் கிடையாது. செல்வவான் வீட்டுப் பெண்ணாக இருந்தால், மனக் கவலை தோன்றாதபடி நாடகம், சினிமா பார்க்கலாம். நகை நட்டு போட்டுக்கொண்டு ஆனந்திக் லாம். கிளப்புக்குப் போய் பந்தாடலாம். கடற்கரைக்குப் போய் உலாவலாம். கிராமபோன் கேட்கலாம். உல்லாசத்துக்கு எத்தனையோ வழிகள் உண்டு. எனக்கோ பணமின்றிப் பெறக் கூடிய ஒரே இன்பந்தான் இருந்தது. அதுதான், சோமுவைப் பற்றிய நினைப்பு. அவரைப் பார்ப்பது, அவரைப் பற்றிப் பேசுவது அவர் விஷயமாகத் தங்கையோ, அம்மாவோ அப்பாவோ பேசினால் காது குளிரக் கேட்பது இதுவே எனக்கிருந்த இன்பம். இந்த இன்பம் விநாடிக்கு விநாடி வளர்ந்தது. நான் பரிபூரணமாக அவருடைய அடிமையாகி விட்டேன். சோமு மிக நல்லவர் என்று சொன்னேனே அது தவறு. என்னைக் கவர்ந்தவன் எப்படி நல்லவனாக முடியும்?

சோமுவின்மீது எனக்கு வளர்ந்து வந்து காதல் என் மனத்தில் ஆழமாகப் பதிய ஆரம்பித்துவிட்டது. சில சமயங்களில் அவருடைய தரிசனத்திற்காக நான் ஏங்கித் தவிப்பதுண்டு. முக்கியமாக அவர் பூசை செய்யச் சென்றுவிட்டால், குறைந்தது இரண்டு மணி நேரமாகும் வாசலுக்கு வர. அதுவரை அவரைக் காண முடியாமல் நான் படும்பாட்டை அவர் எப்படி அறிவார்? காதல் பலப்பட்டது. கலக்கமும் அதிகரித்தது. நான் அவர் மீது மையல் கெண்டு என்ன பயன்? சோமு எந்தச் சீமாட்டி வீட்டுச் சிங்காரிக்குக் கணவனாகப் போகிறாரோ? என் எண்ணம் எப்படி ஈடேறும்? கடைசியில் என் கருத்து ஈடேறவில்லையானால் என் மனம் உடைந்து விடுமே, அதற்கென்ன செய்வது?

இத்தகைய கலக்கத்தினால் பல இரவுகளில் நான் அழுதததுண்டு. பெரியதோர் ஆபத்தில் சிக்கிக் கொண்டதை உணர்ந்தேன். சோமுவின் மனநிலையோ எனக்குத் தெரியாது. தெரிந்து கொள்ள மார்க்கமுமில்லை. அவர் தமது ‘பக்தி’யைக் காட்டிக்கொள்ள கட்டுக்கட்டாக விபூதி பூசிக் கொண்டு காலணா அளவுள்ள சந்தனப் பொட்டிட்டுக் கொண்டிருந்தார். என் விஷயமாக அவர் என்ன கருத்துக் கொண்டிருந்தார் என்பதைக் காட்ட ஓர் அடையாளம் தென்படவில்லை. பல வஸ்துக்களை அவர் பார்ப்பதுபோல் என்னைப் பார்த்தாரே தவிர, அவருடைய பார்வையிலே தனி விசேஷம் இருக்கவில்லை. கண்ணால் பேசியிருக்கலாம், மனம் இருந்தால். அவரே பக்தர்களின் பாடலைக் கேட்டுக் கேட்டு, மௌனமாக இருக்கும் பழக்கங்கொண்ட தேவனைப் போல், என் கண்களின் வேண்டுகோளைக் கண்டும், அசையாத உள்ளங் கொண்டவராகவே இருந்தார். நான் அப்படியொன்றும் அழகற்றவளுமல்ல!

என் மனக் குறையைத் தீர்க்க யார் முன்வருவார்கள்? ஒரு சமயம் எனது ஆழ்ந்த இருதயப் பூர்வமான காதல், சோமுவுக்குத் தெரிய நேரிட்டால், என்னை மகிழ்விக்க இசைவாரோ? ஆனால் எப்படி அவரிடம் என் காதலைத் தெரிவிப்பது? மிகச் சாந்த குணசீலராகிய சோமு என்னைப் பற்றித் தவறாகக் கருதிவிட்டால் என்ன செய்வது? வீட்டிலே அம்மா அப்பாதான் என்ன சொல்லமாட்டார்கள்? ஊராரும் ஏசுவார்களோ? நான் என்ன செய்வேன்? சோமுவை மறந்து விடவும் முடியவில்லை. மனநிலையை அவருக்குத்

தெரிவிக்க மார்க்கமும் தோன்றவில்லை. நான் தத்தளித்தேன். சாந்தாவுக்கு இவற்றை நான் கூறவில்லை. ஆனால் பெருமூச்சும் அடிக்கடி எதிர்வீட்டின்மீது ஏக்கத்தோடு செல்வதும், இரவில் என் தலையணை நனைந்து போவதும், என் மனத்தில் இருந்த எண்ணங்களைச் சாந்தாவுக்குத் தெரிவித்துவிட்டன. அவளோ சிறு பெண்! அவளால் என்ன செய்ய முடியும்!

சாந்தா எப்போதாவது சோமுவிடமிருந்து புத்தகம் வாங்கிக் கொண்டு வருவாள். புராணக் கதைகளே சோமு தருவார். ஒருநாள் எனக்கோர் யுக்தி தோன்றிற்று. கண்ணபிரான் மீது காதல் கொண்ட ருக்மணியின் மனோநிலை வர்ணிக்கப்பட்டிருந்த பாகத்தைச் சோமு தந்தனுப்பிய பாரதத்தில் நான் பென்சிலால் கோடிட்டு அனுப்பினேன். அப்போது என் நெஞ்சம் துடித்ததை என்னென்பேன். அவர் அதனைக் கவனிப்பரா? கவனித்தாலும் விஷயம் இன்னதென்று புரிந்து கொள்வாரா? துஷ்டச்சிறுக்கி என்று என்மீது சீறுவாரா? அலமுவிடம் காட்டி விடுவாரோ? அப்பாவிடம் உன் மகளின் யோக்கியதையைப் பார் என்று கூறுவாரோ? என்ன நடக்குமோ என்று பயமாகவே இருந்தது. நான் கோடிட்டு அனுப்பிய பாகத்தில் ஆபாசமான வார்த்தைகள் ஏதும் இல்லை.

"கண்ணன் மீது நான் கொண்டுள்ள காதலின் ஆழம், கடலாழத்தைவிடப் பெரியது. அவரே என் ஆவி. அவர்இன்றி நான் வாழேன். ஆனால் அந்தோ என் மனநிலை அவருக்குத் தெரியுமோ? தெரியவந்தால் அவர் என் காதலை ஏற்றுக் கொள்வாரோ? ஏளனஞ் செய்வாரோ? என் செய்தியை அவரிடம் கூற யார் இருக்கிறார்கள்? இரவுக் காலங்களில் என்னை வாட்டி வதைக்கும் நிலவே! கனல்போல் வீசிக் கருத்தைக் கெடுக்கும் காற்றே! பொறாமை மூளும்படி உன் சந்தோஷத்தைப் பற்றிக் கொஞ்சிக் கொண்டிருக்கும் கிளியே! கூவும் குயிலே! ஆடும் மயிலே! தாமரை பூத்த குளத்திலே தாண்டவநடை நடக்கும் அன்னமே! யார் போய் கூற முன்வருவீர்கள்" இதுதான், நான் கோடிட்ட பாகம்.

சாந்தா குறும்புத்தனமாக ஒரு வேலை செய்து விட்டாள் என்பது எனக்குப் பிறகே தெரியவந்தது. கண்ணபிரான் என்பதை அடித்து விட்டு சோமு என்று அவள் எழுதிவிட்டு, பிறகு புத்தகத்தைச் சோமுவிடம் கொடுத்தாளாம். கொடுக்கும்போது, "இந்தப் புத்தகம்

ரொம்ப நன்றாக இருந்ததாம், அக்கா படித்துவிட்டு முக்கியமான இடத்திலே கோடு போட்டு இருக்கிறாள்'' என்றும் சொன்னாளாம். சோமு புன்னகையுடன் ''சாந்தா நல்ல புத்தசாலியல்லவா! பரம சாது! பகவத்கடாட்சம் அவளுக்குக் கிடைக்கும். புண்ணிய கதைகளைப் படிப்பதிலே அவளுக்கு விருப்பம் இருப்பதால் அவள் நல்ல குணவதியாக விளங்குவாள்'' என்று கூறினாராம்.

''புத்தகத்தைப் புரட்டிப் பார்த்தாரடி?'' என்று நான் ஆவலுடன் கேட்டேன். புத்தகத்தைப் பார்த்துவிட்டு, விஷயம் தெரிந்து கொண்டு, சோமு தன் சம்மதத்தைக் கூறியனுப்பினார் என்று பேதை நான் எண்ணிக் கொண்டேன்.

''புத்தகத்தைப் பிரித்து பார்க்கவில்லையே, அக்கா'' என்று சாந்தா சோகத்துடன் கூறிவிட்டு, ''நான் வந்து விட்ட பிறகு நிச்சயம் பார்த்திருப்பார்'' என்று என்னைத் தேற்றினாள். சாந்தா தேற்றிவிடக் கூடிய நோயா எனக்கு! என் மருந்து எதிர் வீட்டில். என் நோய், அவருக்குத் தெரிந்தால்தானே!!

தம்பி இராகவன் சோமுவிடம் நெருங்குவதில்லை. காரணம், இராகவனுக்கு நல்லவர்களே பிடிப்பதில்லை. சோமு எப்படியாவது இராகவனைத் தோழனாக்கிக் கொள்ள வேண்டுமென்று, இராகவன் இருக்கும் நேரத்தில், சில நாட்கள் எங்கள் வீட்டுக்கு வருவதுண்டு, பேசுவதுண்டு. பேச்சு சுவாரஸ்யமாக இருக்கும். எனக்கு நல்ல விருந்து. ஆனால் இராகவன் கண்டிப்பாய் பேசுவான்.

நான் பாரதத்தில் கோடிட்டு அனுப்பியதற்குச் சில நாட்களுக்குப் பிறகு இராகவன் ஒரு தினம் களைத்து வந்து கன்னத்தில் கை வைத்துக்கொண்டு உட்கார்ந்தான். வறுமையினால் வாடும் வாட்டம் எனக்கிருப்பதைவிட அவனுக்கு அதிகம். நான் வீட்டிலேயே கிடப்பவள், அவன் வெளியே போய் வருவான். வறுமையின் கொடுமைகள் அவனுக்கு அதிகமாக உறுத்தலாயின. தனது நண்பர்களின் நாகரிக உடை தனது அழுக்குச் சட்டையைப் பார்த்துப் பரிகாசம் செய்வது போலிருக்கிறது. தானோர் திருஷ்டி பரிகாரம்; சனீஸ்வரூபம்! என்று ஏதேதோ பேசுவான். தன்னைத்தானே நொந்து கொள்வான். வாட்டத்தைக் கொடுத்த

வறுமை இராகவனுக்கு முரட்டுத்தனத்தையும், பணக்காரர் என்றால் ஒரு வெறுப்பையும், நீதி, நேர்மை, பாவ புண்ணியம், தர்மம், தயை என்று பேசப்படுவதிலே கசப்பையும் கொடுத்து விட்டது. சதா கடுகடுத்த முகத்தோடுதான் இருப்பான். 'விரசநாயகன் வந்தான்' என்று சாந்தா கேலி செய்வாள். பேசும்போது துடுக்குத்தனமாக இருக்கும். அதிலும் பணக்காரர் பேச்சை எடுத்தால் போதும், சீறுவான். மனத்திலே அவனுக்கு நம்பிக்கை கிடையாது. கடவுளைப் பற்றிக்கூடக் கேலி செய்வான்.

சோமுவிடம் பேசுவது இராகவனுக்கு இஷ்டமில்லை என்ற போதிலும் வீடேறி வந்தவனிடம் எப்படிப் பேசாமலிருப்பதென்று வேண்டா வெறுப்புடன் பேசுவான். சோமு மிக்க வாத்சல்யத்துடன் பேசுவதுடன் மத விஷயமாக இராகவனுக்குப் போதிப்பதுண்டு. சில சமயங்களில் இராகவன் அவற்றைக் கேட்டுக் கொள்வான். சில சமயங்களில், "சோமண்ணா, வேறு ஏதாவது பேசுங்கோ, கேட்போம். இந்த இழவுப் பேச்சு வேண்டாம்" என்று கூறிவிடுவான்.

"சிவ, சிவா! இராகவா, அப்படிச் சொல்லாதே, அபச்சாரம்" என்பார் சோமு.

"அபச்சாராமாவது கிரகச்சாரமாவது" என்று இராகவன் முரட்டுத்தனமாகக் கூறிவிட்டு வெளியே போய்விடுவான். அப்பா, அம்மா இராகவனிடம் கோபித்துக் கொள்வார்கள். வைவார்கள். நான் மட்டும் கோபிப்பதில்லை. இராகவன் முரட்டுத் தனமுடையவனாவதற்கும், வெறுத்துப் பேசுவதற்கும் காரணம் வறுமையின் கொடுமைதான் என்பது எனக்குத் தெரியும். சிற்சில சமயங்களில் இராகவன் தன் மனத்தைத் திறந்து காட்டுவதுபோல் என்னிடம் பேசுவான். கேட்கமிக உருக்கமாக இருக்கும் அவனது பேச்சு.

ஒருநாள், சோமுவுக்கும், இராகவனுக்கும் கீழ்க்கண்டபடி பேச்சு நடந்தது.

சோமு : இராகவா! எங்கே உன்னைக் காண்பதே அரிதாகி விட்டது?

இராகவன் : கழுதை கெட்டால் குட்டிச் சுவரிலேதானே! சாக்கடைக்குப் போக்கிடமேது? வேலை ஏதாவது கிடைக்குமோ என்று தேடி அலைந்தேன்.

சோமு : கிடைத்ததோ?

இராகவன் : நன்றாகக் கிடைத்தது. டாமிட், இடியட் என்ற அர்ச்சனை. வேலையாவது கிடைப்பதாவது. புலிப்பாலில் குதிரைக் கொம்பைத் தேய்த்து அந்தத் திலகத்தை நெற்றியிலே வைத்துக் கொண்டு வந்தால் கிடைக்குமாம்!

சோமு : காலம் இப்படியே இராது இராகவா! பகவான் கிருபை செய்யாமல் போக மாட்டார்.

இராகவன் : அது சரி அண்ணா! கிருபை பண்ணுவார். ஓய்வு இருந்தால்தானே! தேரும், திருவிழாவும் வேத பாராயணமும், பஜனையும், கதா காலட்சேபமும், பரத நாட்டியமும், அதிர்வெடியும், அக்காரவடிசலும், அன்னாபிஷேகமும், விடாயத்தியும் அனுபவித்துவிட்டு, மிகுந்த நேரத்தில், உம்மைப் போன்ற 'பக்தர்'களைக் கண்டு பேசிக் கடாட்சித்து விட்டுப் பிறகுதானே என்னைப் போன்ற பஞ்சையிடம் வருவார். அதற்குள் எனக்கு வேலையே அவசியமில்லாத நிலைமை வரும். சாவுதான் அவர் எனக்குச் செய்ய வேண்டிய கடாட்சம்.

சோமு : மனம் வெறுத்துப் பேசாதே இராகவா. இது ஒரு கஷ்டமா? சாட்சாத் ஸ்ரீராமரே காடு சுற்றினார். கஷ்டம் சுகமும் இரவும் பகலும் போல மாறி மாறித்தான் வரும். இதற்காகப் பகவத் நிந்தனை செய்வதா?

இராகவன் : நானா நிந்திக்கிறேன்? என்ன அண்ணா, உம்மைப் பெரிய வேதாந்தி என்று கூறுகிறார்களே. நான் பேசுகிறேன், நான் ஏசுகிறேன் என்று சொல்லலாகுமா? நான் ஏது? நீர் ஏது? எல்லாம் அவன் மயம்! எல்லாம் அவன் செயல். உம்மை இலாட்சாதிபதியாக

வைத்திருப்பது அவன் செயல்! என்னைப் பிச்சாதிகாரியாக வைத்திருப்பதும் அவன் செயல்! மிக நல்லவன் அவன்.

சோமு : இராகவா! நீ நாத்திகம் பேசுகிறாய். நாக்குக் கூசவில்லையா?

இராகவன் : இதற்குப் பெயர் நாஸ்த்திகமா? எனக்குத் தெரியாது. அவனன்றி ஓர் அணுவும் அசையாது. எனது நாக்கின் அசைவும் அவனது செயல்தான்!

சோமு : பிராமண குலத்தில் உதித்து இப்படிப் பகவத் வேஷியாவதா?

இராகவன் : பூர்வகர்ம பலன்!

சோமு : நீ வக்கீல் போலப் பேசுகிறாய். நீ மட்டும் வக்கீல் வேலைக்குப் படித்திருந்தால்...

இராகவன் : கிழிந்த கறுப்புச் சட்டையுடன் வெளியே கிளம்பியிருப்பேன், வேறென்ன நடந்திருக்கும்!

சோமு : நீ சத் விஷயங்களைப் படிக்கவேண்டும்.

இராகவன் : அருமையான புத்தகத்தைப் படித்துக் கொண்டே இருக்கிறேன், உலகத்தைவிட உன்னதமான புத்தகம் இருக்கிறதா அண்ணா! அதை நான் படித்துக் கொண்டு இருக்கிறேன்.

இந்தச் சம்பாஷணைக்குப் பிறகு சோமு மௌனமாக இருந்துவிட்டுப் போய்விட்டார். நான் இராகவனைத் திட்டினேன். நல்லவர்கள் மனத்தை நோகச்செய்வது அழகல்ல என்றேன். நான் இவ்விதம் இராகவனுக்குப் புத்தி சொன்னதேயில்லை. அன்று அவனது பேச்சு சோமுவின் முக விலாசத்தையே மாற்றி விட்டதைக் கண்டேன். ஆகவே எனக்குக் கோபம் பிறந்தது. இராகவன் என்னை ஏற இறங்கப் பார்த்துவிட்டுச் சிரித்தான். "அந்தச் சிரிப்பின் அர்த்தம் என்ன?" என்று நான் சீறினேன்.

"எண்ணாத எண்ணமெல்லாம்
எண்ணி எண்ணி
எட்டாத கோட்டைக்கு
ஏணியிட்டு"

என்று இராகவன் பாடிக்கொண்டே சிரித்தான்.

எனக்குச் சோமுமீது இருக்கும் எண்ணத்தை இராகவன் எப்படியோ தெரிந்து கொண்டான் என்பது தெரிந்தது. நான் நாணத்தால் தலை குனிந்தேன். "அழகுக்குத் தக்கயோகம் அடிக்க வேண்டும்" என்று குறும்பு பேச ஆரம்பித்தான் இராகவன்.

புன்சிரிப்புடன் நான் இராகவனை முறைத்துப் பார்த்தேன்! 'இந்தப் பார்வைக்கே அவன் உன்னைத் தான் பட்ட மகிஷியாக்கிக் கொள்ளலாம்' என்று இராகவன் கூறினான்.

"இராகவன்! வம்புத் தும்பு பேசாதே!" நான் கூறினேன், இராகவன், அதைக் காதில் போட்டுக் கொள்ளாமலே, "உனது அழகைக் கண்டிருப்பான் அவன். ஆனால் அதற்கேற்ற அந்தஸ்தை உனக்கேற்படுத்த அவன் முன்வருவானா என்பது சந்தேகம்தான். அவன் ஒரு முட்டாள்!" என்று கூறினான். இராகவனின் அந்தப் பேச்சு, சேலி செய்வதுபோலத் தோன்றவில்லை. ஆழ்ந்த கருத்துடன் அவன் அதனைக் கூறினதாகவே தென்பட்டது. அதைக் கூறும்போது, இராகவனின் முகம் வாடியது. என் மனம் ஒரு குலுக்கு குலுக்கிற்று.

திகிலோடு கலந்த காதல் என்னை மேலும் அதிகமாக வதைக்கத் தொடங்கிற்று. எங்கள் குடும்பக் கஷ்டமோ அதிகரித்துக் கொண்டே வந்தது. வீட்டின் மேல் வாங்கியிருந்த கடனுக்கு வட்டி கட்டத் தவறி விட்டார் அப்பா. அவர் என்ன செய்வார்? இல்லாத குறைதான். வட்டியைச் செலுத்தும்படி நிர்ப்பந்தம் உண்டாகவே, 'அண்டிமாண்டு, எழுதிக்கொடுத்து வேறோரிடத்தில் கடன் வாங்கி, வட்டியைக் கட்டினார். இந்தக் கஷ்டத்திலே, ஓர் இளைப்பு

இளைத்தே போனார். எவ்வளவு அலைச்சல், எவ்வளவு உழைப்பு என்ன செய்வார். மிராசுதாரரிடம் அவர் ஒரு கணக்குப் பிள்ளை. ஆயிரம் இரண்டாயிரம் என்று கணக்கெழுதுகிறார். தேள் கொட்டிவிட்டால் விஷம் ஏறுவதுபோல் வயதும் மேல் வளர்ந்து கொண்டே வந்தது. எனது வயதும் வளர்ந்தது. ஊரார் ஏன் இன்னமும் காந்தாவுக்குக் கலியாணம் ஆகவில்லை என்று கேட்கும் கேள்வியும் வளர்ந்தது. அப்ப அம்மாவின் விசாரமோ சொல்ல முடியாது. இந்த நிலையில் தம்பி இராகவன் சொல்லாமல் கொள்ளாமல் ஊரைவிட்டுப் போய்விட்டான். எங்கே போனானோ என்ன நேரிட்டதோ என்று நாங்கள் நெருப்பை வயிற்றில் கட்டிக் கொண்டிருந்தோம். ஒரு மாதத்திற்குப் பிறகு இராகவனிடமிருந்து கடிதம் வந்தது. மேல் விலாசம் இராகவன் கையெழுத்தாக இருந்ததால் மகிழ்ந்தேன். கடிதம் என் பெயருக்குத்தான் வந்தது. வீட்டிலும் சந்தோஷப்பட்டார்கள். ஆனால் உள்ளே இருந்த செய்தி எங்களுக்குச் சர்ப்பம் தீண்டியதுபோல் இருந்தது.

“காந்தாவுக்கு, நான் சொல்லாமல் ஓடிவந்து விட்டேன் என்று கவலைப்படுவீர்கள் என்பது எனக்குத் தெரியும். முதுகு வலிக்க மூட்டை சுமப்பவனுக்குப் பாரம் குறைந்தால் நல்லதுதானே. வறுமையிலே வதையும் நமது குடும்பத்தில் நான் இல்லாதிருப்பது ஓரளவு பாரம் குறைவதாகவே நான் கருதுகிறேன். இங்கு நான் வந்ததற்குக் காரணம் வேலை ஏதாகிலும் கிடைக்கும் என்பதற்காக மட்டுமல்ல; அங்குள்ள தரித்திரத்தின் கோரத்தைக் காணச் சகியாது வந்து விட்டேன். என்று சொல்வது போதாது. சோமுவின் நடத்தையினாலேயே நான் இப்படி வந்துவிட நேரிட்டது.

காந்தா, நீ சோமுவைக் காதலிக்கும் விஷயம் எனக்குத் தெரியும். கண்ணில்லையா எனக்கு, கருத்து இல்லையா, சோமு நல்லவன். ஆனால் அவனுடைய உலகம் வேறு. அவன் ஒரு பணக்கார வேதாந்தி. நாம் ஏழைகள். அவனுக்கு உலகம் மாயமாம். வாழ்வு பொய்யாம். மணம் ஒரு சிறை வாசமாம், காதல் ஒரு பந்தமாம், அவன் வாழ்நாளில் பகவத் சேவையைத் தவிர வேறொன்றும் செய்ய மனம் இடந்தர வில்லையாம்.உன்னை அவன் நிராகரிக்கிறான். பெண்கள் சமூகமே பேய்ச்சுரை என்று பேசுகிறான். ஏசுகிறான். நான் வெட்கத்தை விட்டு அவனிடம் உன் விஷயமாகப் பேசினேன்; வேண்டினேன், கெஞ்சினேன். உன்னைக் கலியாணம்

செய்து கொள்வது, நமது குடும்பத்தை முன்னுக்குக் கொண்டுவரும் பேருதவியாக இருக்குமென்பதை எடுத்துக் காட்டினேன். குப்பையில் கிடக்கும் மாணிக்கத்தை எடுத்துக் கொள், என்று கதறினேன் காந்தா. துளியும் தயங்காமல் கலியாணம் என்ற பேச்சே எடுக்காதே என்று சோமு கூறிவிட்டான். நீ கட்டிய மனக்கோட்டை நொறுங்கிற்று. நானுங்கூட உன்னைப்போலவே மனக்கோட்டை கட்டினேன். சோமு உன்னைக் கலியாணம் செய்து கொள்வான் என்ற நம்பிக்கை எனக்கிருந்திராவிட்டால் அவனுடைய வேதாந்தப் பேச்சை ஒரு விநாடிகூடக் கேட்டுக் கொண்டிருக்கமாட்டேன்.

பெரிய வேதாந்தியாம் அவன். பக்தனாம்; ஆண்டவனிடம் அன்பு கொண்டவனாம். காந்தா இதைக் கேள்! பணம் கிடைத்துவிட்ட பிறகு அதைப்போலச் செல்வந்தராக இருப்பது எளிது. அவனுடைய வேந்தாந்தம் செல்வத்தினால் அவனுக்குக் கிடைத்திருக்கும் ஓய்வு நேரத்திற்கு ஒரு பொழுதுபோக்கு. அவனை நீ மறந்துவிடு. எத்தனையோ சீமான் வீட்டுப் பெண்களையெல்லாம் அவன் ஒப்பவில்லையாம். கேள் காந்தா, வறுமை நோய்கொண்ட நம்மை அவன் ஏற்றுக் கொள்வானா? அவன் உன்னைத் திருமணம் செய்து கொள்ள முடியாது என்று சொன்னதும் என் மனம் பட்டபாடு நீ அறியமாட்டாய். அந்த ஊரில், அவன் எதிரில், இருக்க மனம் ஒப்பவில்லை.

பணம், பணம், பணம். அதைத் தவிர உலகம் வேறு எதையும் உள்ளன்போடு பூசிக்கக் காணோம். அது கிடைத்தால் ஊர் திரும்புகிறேன். அந்தச் சோமு பேசும் வேதாந்தத்தைவிட வண்டி வண்டியாக, அப்போது என்னால் பேச முடியும். அந்தக்காலம் வரட்டும், பார்த்துக் கொள்வோம். நீ சோமுவை மறந்து விடு. உன் 'கதி' என்னாகுமோ நானறியேன். அறிந்துதான் என்ன செய்ய முடியும்? அப்பாவும் அம்மாவும் கோபித்து வைதால் நீ குறுக்கிட்டு தடுக்காதே. அவர்களுடைய விசாரம் என்னைத் திட்டுவதனாலாவது கொஞ்சம் குறையட்டும்.

இப்படிக்கு,
உன் தம்பி
இராகவன்.

கண்களிலே நீர் அருவியாக ஓடிற்று. இந்தக் கடிதத்தைப் படித்தபோது, வீடு முழுவதும் விசாரம். சோமுவைப் பற்றி நான் எண்ணிக்கொண்டிருந்ததுபோலவே அப்பாவும் அம்மாவும் எண்ணிக் கொண்டிருந்தார்களாம். எல்லோருடைய எண்ணத்திலும் மண் விழுந்தது. என் காதல் பொய்மான் வேட்டையாகி விட்டது. என் மனத்தில் எழும்பிய மாளிகைகள் மண் மேடாயின. கண்ணாடியில் என் முகத்தைப் பார்க்க நேரிட்டது. என் அழகை நான் சபித்தேன்; எனக்கு எதற்கு அழகு!

'குமாஸ்தாவின் பெண்' நாடகத்தில் கதாநாயகன் இராமுவை, அவன் தாயாரே சீதையைக் கலியாணம் செய்து கொள்ளச் சொல்லியும், இராமு மறுத்து விட்டான். என் வாழ்க்கையில் என் தம்பியே சோமுவைக் கேட்டுப்பார்த்தும் பயன் ஏற்படவில்லை பாபம்! கேட்கும் முன் என்னென்ன எண்ணினானோ, தமக்கை தங்கப் பதுமை போன்ற அழகுடன் இருக்கிறாள் என்று யாரார் புகழக் கேட்டானோ தெரியவில்லை. தரித்திரத்தால் நான் வாழக்கூடாது. தனவந்தனை மணம் செய்து கொண்டு சுகமாக வாழ வேண்டும், கண்குளிரக் காணவேண்டும் என்று எண்ணியிருப்பான். "என் தமக்கை கணவன் பெரிய தனவந்தன்" என்று கருதியிருப்பான். சகஜந்தானே. அவன் நேரிலே கேட்டும் சோமு மறுத்துவிட்டது என் துரதிர்ஷ்டமா? தலைவிதியா?"

குமாஸ்தாவின் பெண் நாடகத்தை நான் கண்டபோது நினைத்தேன். கதாநாயகி சீதாவோ, இராமுவிடம் தன் காதலைத் தெரிவித்திருந்தால், காரியம் பலித்திருக்கும் என்று கூச்சத்தால் சீதா இராமுவிடம் உண்மை உரைக்கவில்லை. அது தற்கொலையில் முடிந்தது. நானும் அந்தக் கதிதான் அடைய வேண்டுமோ என்று பயந்தேன். கூச்சத்தை மறந்தேன். என் மனத்திலே கொந்தளித்துக் கொண்டிருந்த எண்ணங்களைக் கடிதத்தில் எழுதினேன். சாந்தாவிடம் கொடுத்தனுப்பிவிட்டு மார்பு துடிதுடிக்க, கண்கள் மிரள மிரளக் காத்துக் கொண்டிருந்தேன். நெடுநேரங் கழித்து வந்த சாந்தாவின் முகத்தைக் கண்டதும் காரியம் கைகூட வில்லை என்று புரிந்துவிட்டது.

பகுதி: 3

"அக்கா! அவர் படித்தார். கடிதத்தை முதலிலே பிரித்தார். பிறகு காந்தாவை இப்படிப் பட்டவள் என்று நான் கனவிலும் நினைக்கவில்லை. அச்சம், மடம், நாணம் எதுவும் இல்லையே. இப்படி ஓர் அந்நியனுக்குக் கடிதம் எழுதலாமா? இதெல்லாம் சினிமா பார்ப்பதாலும், நாவல் வாசிப்பதாலும் வருகிற கேடுகள். தரித்திரம் பிடுங்கித் தின்கிறது. இந்த இலட்சணத்திலே துடுக்குத் தனமும் தாண்டவமாடுகிறது. உன் அக்காவிடம், காதலாம்! ஆசையாம்! எதற்காக ஆசை? பணம் இருக்கிற என்னிடம் அதற்காகத்தானே இந்தப் பிளான். அதற்கு வேறே ஆளைப் பார்க்கச் சொல்லு. நான் கலியாணம் செய்து கொள்வது என்று தீர்மானித்துவிட்டால் எங்கள் குடும்ப அந்தஸ்துக்கேற்ற பெண்கள் ஆயிரம் கிடைக்கும். நான் கலியாணமே செய்து கொள்ளப் போவதில்லை. அதிலும் இப்படிப்பட்ட வெட்கம் கெட்டவளைக் கண்ணெடுத்தும் பாரேன்" என்று திட்டினார். நான் அழுதுவிட்டேன். அக்கா. "ஏன் அந்தக் கடிதம் எழுதினாய்?" என்று சாந்தா சோகத்துடன் கூறினாள்.

"நான் என்ன செய்வது? மனம் அனலில் விழுந்த புழுப்போல துடித்தது. மிக்க கேவலமான காரியத்தையன்றோ செய்து விட்டேன்? சோமு என்னை ஏற்க மறுத்ததோடு, ஏளனம் செய்யவுமன்றோ இடங்கொடுத்து விட்டேன். அவருடைய அந்தஸ்து என்ன? நான் யார்? அவர்மீது எனக்குக் காதல் ஏற்பட்டதென்றால், அவரது பணத்தைப் பெறுவதற்கே நான் பசப்புகிறேன் என்று அவர் கருதுகிறார். நான் செய்தது தவறு. கண்ணிழந்தவள் காட்சிக்குச் செல்வானேன்? காலிடறி விழுவானேன்? செவிடனுக்குச் சங்கீதம் ஒரு கேடா?

என் கடிதத்தைக் கண்ட அவர் சிரித்தாராம். எவ்வளவு ஏளனம்? என் இருயத்தில் இடம்பெற்று என்னை வாட்டி வதைத்த எண்ணங்களை நான் அக்கடிதத்தில் எழுதினேன். அதைக் கண்டு அவர் சிரித்தாராம். நீங்கள் சற்றுப் படியுங்கள் என் கடிதத்தை. சிரிக்க வேண்டுமா? அழவேண்டுமா? கூறுங்கள். இதோ என் கடிதம் படியுங்கள்.

"என் உள்ளத்தைக் கொள்ளை கொண்ட குணரூபா!"

என்னை மன்னிக்க வேண்டும். தங்கள் திருவடிகளைப் பணிந்து அடியாள் எழுதும் கடிதத்தை முழுவதும் படிக்கக் கோருகிறேன்.

பிராணேசா! தங்களைக் கண்ட நாள் முதல் எனக்குத் தங்கள்மீது அளவுகடந்த ஆசை உண்டாகிவிட்டது. நாளாகவாக அந்த ஆசை எனக்குப் பித்தம்போல் வளர்ந்து விட்டது. இதனைத் தங்களுக்குத் தெரிவிக்கும் துணிவு எனக்குக் கொஞ்சத்தில் வரவில்லை. மகாரூபவானும், குணாளரும் செல்வனுமாகிய தங்களைக் கணவராக அடையும் பேறு மகா கேவலமான நிலையில் உள்ள எனக்கு, தரித்திரத்தைக் கட்டிக் கொண்டு புரளும் எனக்குக் கிட்டாது என்று எண்ணினேன். தங்களுடைய அந்தஸ்திற்கு எத்தனையோ ரதிகள் கிடைப்பர். பணக்காரப் பெண்ணொருத்தியை மணம் செய்து கொண்டு பங்களாவில் உலவ, உங்களுக்கு ஆண்டவனின் கடாட்சம் இருக்கிறது. நான் உங்கள் மனைவியாக முடியுமா? திருடனுக்கு இராஜவிழி வருமா. இதை எண்ணி நான் என் ஆசையை அடக்கிப் பார்த்தேன். முடியவில்லை. தங்கள் வீட்டில் சமையற்காரியாகக் கூட ஆகமுடியாத அவ்வளவு அபாக்கியவதியாகத்தான் நான் இருக்க முடியும். ஆனாலும் குழந்தைகள், 'சந்திரனைப் பிடித்துக் கொடு' என்று தாயாரைக் கேட்பதுபோல், நான் தங்களைத் தரும்படி தினமும் தேவியை வேண்டுகிறேன். மனமோ பேராசை கொள்ளாதே என்று எவ்வளவோ கூறினேன் என் மனதுக்கு. மனது உம்மிடம் லயித்துவிட்டது. தாங்கள் வெறும் பணக்காரராக மட்டும் இருந்தால் பரவாயில்லை. என் மனத்தைக் கொள்ளை கொண்டீர்கள். என்னைத் தங்கள் தர்ம பத்தினியாக ஏற்றுக் கொள்ள வேண்டுமென்று தங்கள் திருப்பாத கமலங்களை வணங்கிக் கேட்டுக் கொள்கிறேன்; சாதாரண பணக்காரராக மட்டும் தாங்கள் இருந்தால் அவர் பணம் அவரோடு, நமக்கென்ன அதைப் பற்றி என்று நான் எண்ணிக்கொண்டு என் விதிப்படி காரியம் நடக்கட்டும் என்று நான் இருந்து விட்டிருப்பேன். ஆனால் தங்களின் சுந்தரவதனத்தைப் பார்க்க பார்க்க என் ஆவல் கொழுந்துவிட்டு எரிகிறது. தங்கள் புன்னகை எனக்கோர் புதுமையான உணர்ச்சியை ஊட்டுகிறது. தங்கள் பேச்சு எனக்குச் சங்கீதமாக இருக்கிறது. இங்கு வீட்டிலே எவ்வளவோ தொல்லை. கஷ்டம் சொல்லி முடியாது.

அப்பாவின் அழுகுரல், தங்கையின் சோகம் இவையெல்லாம் என்னை வாட்டியபோதிலும், தங்களை ஒருமுறை கண்டதும் என் துக்கமத்தனையும் பறந்து போகின்றன. துரையே! என் தம்பியிடம் தாங்கள் பேசும்போது பணம் மிகக் கேவலமென்றும், செல்வம் நிலையற்றது என்றும் கூறியிருக்கிறீர்கள். பணக்காரர்களிடம் இருக்கும் டாம்பீகம், ஆணவம் தங்களிடம் துளியும் இல்லாமல் தர்ம சிந்தனையும், தயாள நோக்கமும் கொண்டு என் கண்கண்ட தெய்வமாகக் காட்சியளித்து வருகிறீர். அபலையாகிய நான் கூச்சத்தை விட்டு தங்களிடம் பிச்சை கேட்கிறேன். தங்கள் அன்பை அளித்து என்னை இரட்சியுங்கள். எனக்கு வாழ்வு தானம் செய்யுங்கள். பக்தர்கள் தமது குறைகளைக் கடவுளிடம் கூறி வேண்டுவனபோல் நான் தங்களிடம் என் குறையைக் கடாட்சிக்க கோருகிறேன். ஓர் இளமங்கை இவ்விதம் எழுதுவது தகாது என்று எண்ணி என்னை உதாசீனம் செய்து விடாதீர்கள். கண்ணன் மீது கொண்ட காதல் ருக்மணி எழுதிய காதல் கடிதத்தைப் படித்துப் புளகாங்கிதமடையும் பக்தர் தாங்கள். என் காதல், ருக்மணி கொண்டிருந்த காதலுக்குக் குறைவானதல்ல. ருக்மணி பிராட்டி இராசா மகள். நான் ஏழை குமாஸ்தாவின் பெண். ஆசை அரண்மனைக்கு மட்டும் சொந்தமானதல்ல. இந்தக் குடிசையில் இருக்கும் குமரிக்கு, இராச மாளிகையில் ருக்மணி கொண்ட ஆசைபோலவே இருக்கிறது. பித்துக் கொள்ளி வாயாடி, வெட்கங் கெட்டவள் என்று இக்கடிதத்தைக் கண்டுவிட்டு என்னைக்கூற எண்ணாதீர். என் தம்பி தங்களிடம் என் விஷயமாகப் பேசி தாங்கள் அலட்சியம் செய்ததாக எனக்குக் கடிதம் எழுதினான். அதைக் கண்டதும் மனம் துடித்தது. கண்களில் நீர் ததும்பிற்று. அதன் துளிகள் இக்கடிதத்தில் உள்ளன. என்மீது கிருபை வைக்கக் கோருகிறேன்; தங்களுக்குப் பணிவிடை செய்து வாழ்வதைவிட எனக்குப் பாரினில் பரமானந்தம் வேறு இல்லை. எனது அன்பை உமக்கு அபிஷேகித்து உம்மை வணங்குகிறேன். ஓர் ஏழைப் பெண்ணைக் கலியாணம் செய்து கொள்வது கேவலம் என்று மற்ற பணக்காரர்கள் கருதுவர். தாங்கள் அவ்விதமான குணமுடையவரல்ல. நான் தங்களின் பணத்தைக் கண்டதில்லை. தங்களைக் கண்டேன். தங்கள் திருமுகத்தில் தாண்டவமாடும் தேஜசில் சொக்கினேன். சொர்ண ரூபா! என்னைத் துடுக்குக்காரி என்று துப்பி விடாதீர். நான் பணக்காரக் குடும்பத்தினளாயிருந்தால், என்னைக் கலியாணம் செய்து கொள்ளும்படி அநேகர் தங்களிடம் சொல்லியிருப்பார்கள். நானோ ஏழை. எனக்குத் துணை யார் வர

முடியும்? இப்போது என் மனத்தைத் திறந்து கடிதம் எழுதுகிறேன். இப்போது என் மனோ பீஷ்டம் நிறைவேறுவதற்கு வேறு மார்க்கம் இல்லை. என்னைப் பற்றிச் சற்று ஈவு இரக்கம் காட்டுங்கள். என் கண்களில் ததும்பும் காதலை நோக்குங்கள். என் பெரு மூச்சையும், இரவில் நான் புரளுவதையும், தலையணை

யைக் கண்ணீரால் நனைப்பதையும் நீர் கண்டதில்லை. நான் அபலை. எனக்கு உமது அருளைத் தரவேண்டுகிறேன். அன்பே என்னைக் கைவிடாதீர்.

காந்தா

இந்தக் கடிதத்தைக் கண்டுதான் அவர் சிரித்தாராம். திட்டினாராம். என்னைக் கண்டதால் உண்டான தோஷம் தீரவோ என்னவோ, அவர் தாயார் சகிதம் சில நாட்களுக்கெல்லாம் தீர்த்த யாத்திரை செய்யக் கிளம்பிவிட்டார். தீர்த்த யாத்திரையாம்; என்னைத் துடிக்க வைத்துவிட்டு, மண்டியிட்டுச் சென்ற என்னை மார்பில் உதைத்துக் கீழே தள்ளிவிட்டு, பிச்சை கேட்கச் சென்ற இந்தப் பேதையைப் பிடரியைப் பிடித்துத் தள்ளிவிட்டு, என்னைச் சாகடித்து விட்டு, அவர் தீர்த்த யாத்திரைக்குச் சென்றுவிட்டார். என் அன்பை அவர் நிராகரித்ததுபோல் அவரது அன்பை ஆண்டவரின் நிராகரிக்காமலா போவார்.

வாழ்க்கையிலே இனி எனக்கு என்ன இருக்க முடியும்? ஒரு பெண் தனது உள்ளன்பை எடுத்துக் கூறியும், அது கேலி செய்யப்படும்போது கண்டால் பிறகு உலகில் ஏன் உயிரோடு இருக்க வேண்டும்? மனம் உடைந்து ஏன் வாழ்வது. எதற்கு அந்த வாழ்வு? பூபாரமாக இருப்பதில் என்ன பயன்? என்னைப் பெற்றவர்கள் என்னைப் பார்க்கும்போதெல்லாம் கவலைப்படுவார்கள். எனக்கோர் வரன் கிடைக்கவில்லையே வரதட்சணை தர வழியில்லையே என்று அவர்கள் வாடுகிறார்கள். என்னை யார் கலியாணம் செய்து கொண்டாலும் எனக்கு ருசி இருக்கப் போவதில்லை. சோமு தீர்த்த யாத்திரைக்குப் போனபிறகு நான் நடைப்பிணமானேன்; என் தேக காந்தி மங்கத் தொடங்கிற்று. உடலிலேயும் உள்ளத்திலேயும் தளர்ச்சி ஏற்பட்டு விட்டது. வாழ்விலே வெறுப்புண்டாயிற்று. சமைப்பதும், படுப்பதும், அழுவதும் கண்களைத் துடைத்துக் கொள்வதும், இவையே என்

நித்திய கர்மங்களை. நித்திரை என்னைப் பிரிந்தது. புண்பட்ட என் மனம் ஆற வழி என்ன?

மனங்குளிர மார்க்கம் இல்லை. காந்தா இறந்து விட்டாள். வெறும் குமாஸ்தாவின் பெண், கூனோ, குருடோ, செவிடோ, ஊமையோ யாரோ ஒருவனுக்குப் பெண்டாகி அவனிடம் சோறு பெற்று, சாவு வந்ததும் சுகம் பெறுவதற்காகக் காத்துக் கொண்டிருக்கும் பெண்தான் மிச்சம். மணமில்லா மலரும், மதியிலா இரவும் சுவையற்ற வாழ்வும் என்ன பயன்? உப்பில்லாப் பண்டம் நான், எந்தக் குப்பையில் கிடந்தாலென்ன?

கூந்தல் நரைத்துவிட்டால் தலைமயிர் கருக்கும் தைலம் பூசிக் கொள்கிறார்கள். பல் போய் விட்டால் டாக்டர் போலிப் பற்கள் கட்டுகிறார். காலிழந்தவர்களும் கட்டையை ஊன்றிக் கொண்டு நடக்கக் காண்கிறோம். அதுபோல், இன்பமாக வாழலாம் என்ற என் எண்ணத்தில் மண் விழுந்த பிறகு, சக்கை போன்ற சாதாரண வாழ்வுக்காவது வழி பிறந்ததா? இல்லை, மாளிகை இடித்தாலும் மதிற்சுவரிலே கொஞ்சமும் மண்டபத்திலே பாதியுமாவது இருக்குமே. அதுபோலாகிலும் என் மனக் கோட்டை இடிந்ததில் கொஞ்சமாவது மிச்சம் இருக்கக் கூடாதா? கூட கோபுரம் வெறுங்குப்பை மேடாகிவிட்டது. எங்கள் குடும்ப பாரத்தைக் குறைப்பதற்காகவேனும் எனக்கோர் துணைவர் கிடைக்க வேண்டுமே! அதாவது சரியாகக் கிடைத்ததா? எனக்கா கிடைக்கும்! கூன்பட்ட என் வாழ்வு நிமிரவில்லை. வளைந்த என் வாழ்க்கை முறியத் தொடங்கிற்றேயொழிய, ஊன்றுகோலின் உதவி பெற்று உலவும் வழியும் பிறக்கவில்லை.

நான் திகில்பட்டுக் கொண்டிருந்தது போலவே என் திருமணம் நடந்தது. என்னை மனைவியாகப் பெற்ற மகானுபாவருக்கு ஐம்பது வயதுக்கு மேலிருக்கும். நரை மயிர், நல்ல கறுப்புச் சாயம் பூசிக் கொண்டிருந்தார். பல் பல போய்விட்டன. பொய்ப் பற்கள் கட்டிக் கொண்டிருந்தார். கன்னங்களில் குழி, கை கால்களில் படை, அதை மாற்ற சந்தனம் பூசிக் கொண்டிருந்தார். உடலோ உலகில் உழன்றதால் இளைத்துப் போயிருந்தது. அதன்மீது பளபளப்பான பட்டு சரிகைப் போர்வைகள் அவருக்கு! இந்த லட்சணத்திலே காச நோய். எனக்கு முன்பு அவருக்குப் படுக்கையறைப் பதுமைகளாக

இருந்துவிட்டு பரந்தாமன் திருவடி நிழலை அடைந்த பத்தினிமார் மூவர். நான் நாலாந்தாரம் அவருக்கு. அவரிடம் பணம் இருந்தது. ஏழ்மையில் நெகிழ்ந்து கொண்டு நானிருந்தேன். கிடாபோல் வளர்ந்தவனை எவனுக்காவது பிடித்துக் கட்டி வைக்காமலிருக்கலாமோ என்று கேட்டு ஊரிலே பல பித்தர்கள் இருந்தனர். எத்தகைய பொருத்தமும், தட்சணை தந்தால் சரியாக இருக்கிறதெனக் கூறும் சோதிடர் சிலர் இருந்தனர். உலகிலே எது இல்லை? பளபளப்பான தோலைப் போர்த்துக் கொண்டிருக்கும் பாம்பு இல்லையா? எப்படியோ ஒன்று என் கழுத்தில் தாலி ஏறிற்று. அவர் முகத்திலே களை உண்டாயிற்று. வீடோ மாடோ குறைச்சலான விலைக்குக் கிடைத்துவிட்டால் மகிழும் முதலாளிபோல் அவர் என்னைப் பூரிப்போடு பார்ப்பார். என் இளமை, அழகு, யாவும் அவருக்குத்தானே சொந்தம். இவ்வளவு லலிதமான பொருளை மிக மலிவாக வாங்கி விட்டோமே என்ற சந்தோஷம் அந்த வியாபாரிக்கு. பூரிப்பான வைர மோதிரத்தைத் தொட்டுத் தொட்டுப் பார்த்துக் கொள்ளும் டம்பக்காரன் போல் அவர் நான் போகும்போதும், வரும்போதும் என்னைப் பார்த்துக் களிப்பார். அவருக்கு ஆனந்தந்தான். மூன்று மனைவிகள் இறந்தும், இத்தகைய ‘முத்து’ எனக்குக் கிடைக்க வேண்டி இருந்ததால்தான் என்றுகூடச் சொன்னார்.

எனக்குத் திருமணம் நடந்தது. திவ்வியமான நாளாம். மங்களமான முகூர்த்தமாம். மங்களத்தின் லட்சணம் மறுமாதமே தெரிந்துவிட்டது. கழனியைச் சுற்றிப் பார்த்து விட்டு வரச்சென்ற கணபதி சாஸ்திரிகள் – என் கணவர் கால் வழுக்கிக் கீழே விழுந்து சில நாட்கள் படுக்கையில் இருந்துவிட்டுப் பரலோகப் பிராப்தியானார். நான் விதவையானேன். சகுனத் தடையானேன். சமுதாயத்தின் சனியனானேன். பெற்றோரின் கண்களில் நீர் வழியும்படியான நிலைபெற்றேன். தீ மிதித்தவள்போல் தங்கை சாந்தா திகில் அடையக் கூடிய உருவைப் பெற்றேன். என் இளமையும் எழிலும் போகவில்லை. என் கண்ணொளி போகவில்லை. நான் அபலையானேன். ஆனால், அழகியாகத்தான் இருந்தேன். தாலி இழந்தேன். ஆனால் காய்ந்த தளிர் போலிருந்தேனே யன்றி சருகாக இல்லை, குங்குமமிழந்தேன். ஆனால் பொட்டிடாத என் நெற்றியும் பொலிவுடன்தான் இருந்தது. பார்சிக்காரிகள் பொட்டிடுவதில்லை. நம்ம காந்தாவின் முகம் அவாளுடையதைப் போலவே இருக்கிறதென்று அக்கம் பக்கத்தில்

பேசுவார்கள். வாடாத பூவாக இருந்தேன். ஆனால் விஷவாடை உள்ள மலர் என்று உலகம் என்னைக் கருதிற்று. அது என்னுடைய குற்றமா? எனக்கு மணம் செய்வித்து விடவேண்டும் என்று துடித்தவர்கள், இன்று எனக்குத் துணையாகவா இருந்தார்கள்? ஏதோ அவள் எழுத்து என்று கூறிவிட்டு, என்ன செய்யலாம் கொடுத்து வைக்காதவள் என்று கூறிவிட்டு, அவரவர்கள் காரியத்தை அவரவர்கள் கவனிக்கத் தொடங்கினார்கள்.

உலகினிடம் வெறுப்பும் உண்டாக எனக்கு இந்த ஒரு சம்பவம் போதாதா? ஒழுங்காக நாணயமாக, நாலு பேருக்குப் பயந்து நடந்து கொள்ளவேண்டும் என்று கூறுகிறார்களே அதை நான் ஏன் பொருட்படுத்த வேண்டும்? என்னை இந்த உலகம் ஒழுங்காகவா நடத்திற்று? சாகப்போகும் கிழவனுக்குச் சல்லாபக் கருவியாக்கிற்று. இது ஒழுங்குதானா? என் இளமை அவனுக்குப் பலியிடப்பட்டது. நியாயமா அந்தச் செயல்? அவன் இறந்தும் நான் இருந்தும் இறந்தவளாக வேண்டும் என்று உலகம் கட்டளையிட்டது நீதியாகுமா? உலகத்திலே கொடுமைக்கு ஆளான நான் நன்றி செலுத்தி நல்லவளாக வாழ வேண்டுமா! நல்லவள் என்றால் என்ன பொருள்? நாதனை இழந்த நாரி, வாழ்வை இழந்து விடுவதுதானா? என் வாழ்வு. என் பொருள் அல்லவா? அதனை, இறந்த என் கணவருடன் சேர்த்து வைத்தும் கொளுத்தினார்களே அதையும் நான் சகித்துக் கொள்ள வேண்டுமாம். எத்தனை எத்தனையோ விதவைகளின் விதியை எனக்கு உதாரணம் காட்டினார்கள்.

'ஜாக்கிரதை! சர்வ ஜாக்கிரதையாக இருக்கவேண்டும். நாலு பேர் எதிரே வரவிடாதீர்கள். காலமோ கெட்டுப் போச்சு, பெண்ணே, சிறுசு, மூக்கும் முழியும் சுத்தமாக, அச்சுப் பதுமை போல் இருக்கிறது. தப்பித் தவறி ஏதேனும் நேர்ந்துவிட்டால் தலைமுறை தலைமுறைக்கும் கெட்ட பெயர் நீங்காது'' என்று என் பெற்றோர்க்கு உறவினர் புத்திமதி கூறலாயினர். வெந்த புண்ணிலே வேலிட்டனர். நாங்களோ ஏழைகள். என்ன சொன்னாலும் தலையை அசைக்கத்தானே வேண்டும். செல்வன் வீட்டிலே சென்று இதுபோல் சொன்னால், நாக்கைத் துண்டிப்பார்கள். ஏழை குமாஸ்தாவிடம் உறவினருக்கு என்ன பயம்? எல்லாம் உனது நன்மைக்குத்தான் என்று ஒரே வார்த்தையில் முடித்துவிடுகிறார்.

‘காந்தா நல்லவள்தான், இருந்தாலும் அறியாதவள். யாரும் கொஞ்சம் கண்காணிப்பகத்தான் இருக்க வேண்டும்’’ என்றுரைத்தனர். அப்பாவிடம், எவ்வளவு அக்கறை பாருங்கள்! எங்கள் ஏழ்மையைக் கண்டு உதவி செய்ய யாரும் முன் வரவில்லை. என் வாழ்வு கொள்ளை போவதைத் தடுக்க யாரும் வரவில்லை. எல்லாம் முடிந்து நான் விதையானதும், என் விதவைத் தன்மையைக் கெட்டுப் போகாமல் பார்த்துக் கொள்ளும்படி எச்சரிக்கை செய்ய உபதேசிக்க உற்றார் வந்தனர். அவர்களுக்கிருந்த கவலையெல்லாம் குலப்பெருமைக்குப் பங்கம் வாக்கூடாது என்பதுதான்! என்னைப் பற்றி அவர்களுக்குக் கவலையில்லை. எனக்கு வீடே ஜெயில், அப்பா, அம்மா காவலாளிகள் – உறவினர் போலீஸ், ஊரார் தண்டனை தரும் நீதிபதிகள். இது உலகம் எனக்கு உண்டாக்கி வைத்த ஏற்பாடு. இதற்காகவா நான் பிறந்தேன்?

விதவைகள் உலகில் நான் வாழ்ந்து கொண்டிருந்த போதுதான் மிராசுதார் வேதகிரி முதலியாரை அடிக்கடி கண்டேன். மரம் பழுத்தால் வெளவால் வருமென்பார்களே அதுபோல் அவர் எங்கள் வீடு வரத்தொடங்கினார். அவர் பெரும் பணக்காரர், அவரிடந்தானே எங்கள் ஜீவனம் நடக்கிறது. அடிக்கடி அப்பாவிடம் முதலியார் வந்து பேசத் தொடங்கியதும் எல்லோருக்குமே சந்தேகம் பிறந்தது. கூப்பிட்ட நேரத்துக்கு ஓடோடிப்போய் இட்ட வேலையைச் செய்ய அப்ப சித்தமாக இருக்கும்போது மிராசுதார் எங்கள் வீட்டுக்கு வந்து வலிய பேசுவதென்றால் அது ஊராருக்கே ஆச்சரியமாகத்தானே இருக்கும். என் கணவன் எனக்களித்த தாலியையும் நான் இழந்து விட்டேன். அவரால் எனக்குக் கிடைத்தது வேறெதுவுமில்லை. அவருடைய சொத்து முதல் தாரத்துப் பிள்ளைகளுக்குப் போய்விட்டது. ஜீவனாம்சத்துக்கு வழக்குத் தொடுக்கவேண்டுமென்றார்கள். பணம் ஏது? வக்கீலுக்குக் கொடுக்க காசு இருந்தால் அதை வயிற்றுக்குக் கொடுப்போமே நாங்கள், என், கலியாணம் எனக்கு அளித்தது ஒன்றுமில்லை. விதவை கோலந்தான் மிச்சமாயிற்று.

அடிக்கடி அழுது சிவந்த என் கண்கள் செந்தாமரைப் போல் வேதகிரி முதலியாருக்குத் தோன்றிற்று போலும். அதற்கு நானா ஜவாப்தாரி? என் மனநிலை வேண்டுமானால் நான் ‘கெட்ட’ எண்ணங்களைக் கொள்ளாமல் பார்த்துக் கொள்ள முடியும். பிறர்

மனத்தை அப்படி இப்படி அசையாதே என்று எப்படி அடக்க முடியும் பிறர் கெட்ட எண்ணங்கொண்டால், அதற்கு என்ன செய்வது? என் கண்ணைக் கட்டுப்படுத்தி விட்டேன். வேதகிரி முதலியாரின் கண்களை நான் என்ன செய்யமுடியும்? அவரது பார்வையும் பேச்சும், அவரது உள்ளத்தை வெளிப்படுத்திற்று. தெரிந்து கொண்டேன். திடுக்கிட்டேன். ஆனால் என் செய்ய முடியும்? புலி முன் மான் போரிட முடியுமா...?

"சாமி! மகா பொல்லாத ஊர் இது?"

"ஏன்? என்ன விசேஷம்?"

விசேஷமென்ன இருக்கும்? வீண் வம்பளப்புதான். வாய்க்குப் பூட்டா சாவியா?

என்ன சொல்லுகிறீர்கள்? எனக்கொன்றும் விளங்கவில்லையே?

ஏன் சாமி அந்த வயிற்றெரிச்சலைக் கேட்கிறீர்கள்? நல்லது கெட்டது தெரிந்து கொள்ளாத நாய்கள் ஏதேதோ வம்பும்தும்பும் பேசுகின்றனவாம்.

யார் பேசறா? எதைக் குறித்துப் பேசறா? விளங்கச் சொல்லுங்கள் கேட்போம்.

நான் இங்கே ஏதோ சத்விஷயம் பேசிவிட்டுப் போக வருகிறேன் பாருங்கள், அதைப்பற்றி ஊரார் தாறுமாறாகப் பேசுகிறார்களாம். எனக்கொன்றும் தலை போய்விடாது. நேற்றுதான் கேள்விப்பட்டேன். மனசு துடிதுடித்து விட்டது. நம்ம காந்தா இருக்கே, அதுக்கும் எனக்கும் ஏதோ நடப்பதாகப் பேசுதாம் நாய்கள்...

சிவ! சிவ! தங்கள் வாயாலேயா அதைச் சொல்ல வேண்டும்? மகா பாவம்! தோஷம். அத்தகைய பேச்சு சொன்னவா நிச்சயம் அழிந்து போயிடுவா.

இல்லை சாமி! இதுகளுக்கு எவ்வளவு நெஞ்சழுத்தம் பாருங்கள். என்னடா ஒரு குடும்பத்தின் பேரை இப்படிக் கெடுக்கிறோமே என்று கொஞ்சமாவது ஈவு, இரக்கம், நீதி, நாணயம் இருக்கிறதா? கண்ணாலே கண்டால்கூட இந்த மாதிரி விஷயங்களை விவேகிகள் வெளியே சொல்ல மாட்டார்கள். இங்கே பார்த்தா ஒண்ணுமில்லை. நான் ஒரு பாவத்தையும் அறிந்தவனல்ல. ஏதோ பொழுது போக்கா வருகிறேன். பேசுகிறேன். போகிறேன். இதற்கு இப்படி வம்பளப்பு நடக்கிறது. இந்த ஊரிலே கேட்டது முதல் என் மனசு சரிபடவேயில்லை. வரக்கூடாது என்று நினைச்சேன் முதலிலே. வராமல் போனா ஓஹோ விஷயம் வெளியிலே தெரிந்துவிட்டதென்று முதலியார் இப்போது போகவில்லை என்று யோசித்தபிறகு வந்தேன். நான் போய் வருகிறேன் சாமி பசங்கள் சௌக்கியந்தானே?

மிராசுதாருக்கும் அப்பாவுக்கும் ஒரு நாள் இதுபோல் பேச்சு நடந்தது. ஊரார்மீது பழிபோட்டு மெதுவாகத் தமது கருத்தைத் தெரிவித்த தந்திரப் பேச்சு இது. ஊரார் வம்பளக்கவுமில்லை. மிராசுதாரர் வேண்டுமென்றே இப்படி ஒருபுகார் செய்து வைப்போம் என்று செய்தார். நன்றாகத் தெரிந்தது. ஆனால் நாங்கள் என்ன செய்ய முடியும்? ஊரார் வம்பளக்கிறதாகச் சொல்கிறீர்களே? நீங்கள் இனி தயவுசெய்து இங்கே வரவேண்டாம் என்று அப்பா மிராசுதாரரிடம் கூறமுடியுமா? கூறினால் அந்த ஆள் கோபித்துக் கொண்டு அவ்வளவு அலட்சியமா உனக்கு? என்று வைவாரே, வேலை போய் விடுமே, பிறகு பிழைப்புக்கு என்ன செய்வது?

ஓர் இரவு, அப்பாவுக்கும் அம்மாவுக்கும் நடந்த சம்பாஷணை வாழ்வு எவ்வளவு வேதனைக் குழியில் விழுந்து விட்டது என்பதைக் காட்டிற்று.

பகுதி: 4

"விஷயம் விபரீதமாகிவிட்டதே தெரியுமோ" என்று பேச்சை ஆரம்பித்தார் அப்பா.

"என்ன சொல்லுங்கோ? என்ன விபரீதம்" என்று அம்மா அச்சத்துடன் கேட்டாள்.

"மிராசுதார்....!" என்று இழுத்தாற்போல் மெதுவாக சொன்னார் அப்பா.

அம்மா பதைத்து "மிராசுதாருக்கு என்ன?" என்று கேட்டாள்.

"அவனுக்கு என்ன? கல்லுப் பிள்ளையார் போலிருக்கான். மெதுவாகப் பேசடி. அவள் காதிலே விழப் போகிறது. மிராசுதாரன் நம்ம குடியைக் கெடுத்து விடுவான் போலிருக்கு. காந்தா மீது கண் வைத்து விட்டான். இன்று காலையிலே அவன் தைரியமா, என்னிடம் சொல்லுகிறான், ஏன் சாமி நம்ம வீட்டிலே இருந்தா எவ்வளவு செல்வமாக வாழும் தெரியுமா என்று, எரிகிறது. இனி அரைக்ஷணம் இந்த ஊரிலே இருக்கப்படாது" என்றார் அப்பா.

"அம்மா ஐயோ தெய்வமே அநியாயக்காரன் அழிந்து போக அம்பிகே! நீதாண்டியம்மா துணை!" என்று கூறி அழுதார்கள். அப்பா சமாதானம் கூறினார்கள். வயோதிகப் பருவத்திலே அவர்கள் பாபம் என்னால் வதைக்கிறார்கள். நான் குடும்பத்துக்குச் சுமை மட்டுமல்ல. அவர்கள் வயிற்றுக்கே பெருந் தீ! நான் அபலை மட்டுமல்ல அபாயக்குறி!

கடன்பட்ட நெஞ்சம் கலங்காதிருக்குமா? என் அப்பா ஓர் பச்சைப் பிராமணன். அவர் பிழைக்குமிடமோ காமாந்தகாரரின் கொலுமண்டபம். அவனோ என்னைப் பெற வேண்டுமென்று ஏதேதோ சூழ்ச்சி செய்த வண்ணம் இருந்தான். அவனுடைய உப்பைத் தின்று வளரும் நாங்கள், அவனை என்ன செய்ய முடியும்?

அவனை விரோதித்துக் கொள்ளவும் முடியாது. இணங்குவதோ கூடாது. இந்நிலையில் தவித்தோம். ஆசை கொண்ட அவன், நான் அந்தணக் குலமென்றோ விதவையென்றோ கருதுவானா? மேலும் காலம் எப்படிப்பட்டது! பிராமணர்களிடம் பயபக்தியுடன் இருந்ததுபோய், வெறுப்புடன் மக்கள் வாழும் காலம். ஆகவே மிராசுதார் நாளாகவாக, தமது எண்ணத்தை ஜாடை மாடையாகக் காட்டிக்கொண்டே வந்தார். நான் தெரிந்தும் தெரியாதவள்போல் நடந்து கொண்டேன். எங்கள் வீட்டுக்கு மிராசுதாரர் வேதகிரி முதலியார் வருகிறபோது, எனக்கு அடிவயிறு 'பகீர்' என்றாகிவிடும். என்னை இணங்கச் செய்ய இந்த முறை பலிக்காதது கண்ட மிராசுதாரர், வறுமையை ஏவி, எங்களை வாட்டி, சரணடையச் செய்யத் துணிந்து விட்டார். சில்லறைக் கடனகாரரகளைத் தூண்டி விட்டார். அவர்கள் அப்பா மீ து படை எடுத்தார்கள். பல்லைக் காட்டினார் – இல்லை போ என்றார் கடன் கொடுத்தவர்கள் கண்டிக்கலாயினர். கோர்ட்டுக்கு அப்பா போக நேரிட்டது. கடன் தொல்லையுடன் அப்பாவுக்கு உடலிலும் தொல்லை ஏற்பட்டு விட்டது. கிடைக்கிற சம்பளத்திலே பகுதி, பழைய கடனைத் தீர்க்கச் சரியாகிவிடும். சாப்பாட்டுக்கே சனியன் பிடித்துக் கெண்டது. சாந்தா புஷ்பவதியானாள். அப்பா காய்ச்சலில் விழுந்தார். ஒரு மாதமாக வேலைக்குப் போகவில்லை. எங்கள் நிலைமை எப்படி இருக்குமென்பதை ஈவு இரக்கமுள்ளவர்கள் சற்று யோசித்துப் பாருங்கள். கடன்காரர்கள் தொல்லை. காய்ச்சல். வருமானம் பூஜ்யம், வாட்டம், இவை போதாதா ஒருவரைச் சித்திரவதை செய்ய? புண்ணில் வேலிடுவது போல, அடிக்கடி வேதகிரி வருவார். "ஐயருக்குக் காய்ச்சல் எப்படி இருக்கிறது?" என்று விசாரிப்பார். மிராசுதார் வந்து போகும்போதெல்லாம், 'காந்தா என்ன சொல்லுகிறாய்? இந்த வறுமையை ஓட்டும் வல்லமை எனக்கிருக்கிறது, என்னை வசீகரிக்கும் அழகும் இளமையும் உன்னிடம் இருக்கிறது. பரஸ்பரம் உதவி செய்து கொள்வோம். சம்மதமா?" என்று என்னைக் கேட்பது போலிருக்கும் அவருடைய பார்வை.

அப்பாவை மதனபள்ளி ஆஸ்பத்திரிக்கு அழைத்துக் கொண்டு போனால்தான் பிழைப்பார் என்று டாக்டர் முடிவாகக் கூறிவிட்டார். அம்மாவின் கண்களில் நீர் தாரை தாரையாகப் பெருகிற்று. மஞ்சளும் குங்குமமும் போகுமே, மக்கள் தெருவில் நின்று திண்டாடுமே, நான் என்ன செய்வேன், ஜகதீஸ்வரி! என்று அம்மா

அழுதார்கள். ஜகதீஸ்வரிக்கு இந்தக் கஷ்டம் எப்படித் தெரியும்! அவள் வாழ்கிறாள், வாட்டம் வருத்தமின்றி.

மதனபள்ளிக்குப் போகவேண்டுமாம். மதன பள்ளிக்கு நான் வர இசைந்தால் எவ்வளவு பணம் வேண்டுமானாலும் தர மிராசுதார் இருக்கிறார். அப்பாவின் சாவைத் தடுக்க வேண்டுமானால் நான் மிராசுதாருக்குச் சரசக் கருவியாக வேண்டும். ஆனால் அது நேரிட்டால் உலகம் பழிக்காதோ! அப்பாவின் மானம் பறிபோகுமே. குடும்பக் கீர்த்தியும், குலப்பெருமையும் என்ன கதியாவது, வறுமையை விரட்ட நான் விபசாரத்தை உதவிக்குக் கூப்பிடவேண்டிய நிலை நேரிட்டது. என் மனம் அந்த நிலையில் எவ்வளவு பாடுபட்டிருக்கும்? நான் சொன்னால் யார் நம்புவார்கள்? பாய்ந்தோடி வரும் புலியைக் கண்டு பயந்து, பாழுங்கிணற்றில் குதித்தாவது உயிரைக் காப்பாத்திக் கொள்வோம் என்று எண்ணுவதில்லையா? வறுமை என்னை வதைக்கிறது. அதனை நான் வதைக்க வேண்டுமானால், மிராசுதாரின் வைப்பாட்டியாக இசையவேண்டும்.

அப்பா படுக்கையில் புரளுவதும், அம்மா கண்களைக் கசக்கிக் கொள்வதும், சாந்தா திகைத்துக் கிடப்பதும், என் மனக் கண்களிலே சதா தாண்டவமாடின. விபரீத எண்ணங்கள் என் மனத்திலே உதித்தன.

“காந்தா! அடி முட்டாளே! தானாக வருகிற சீதேவியைக் காலால் உதைத்துத் தள்ளாதே.”

“வேண்டாமடி காந்தா! பாபக்கிருத்யம் செய்யாதே. ஏழேழு ஜென்மத்துக்கும் விடாது. கெட்ட எண்ணங் கொள்ளாதே. கடவுள் தண்டிப்பார்.

“அவர் யார் உன்னைத் தண்டிக்க! உன் கஷ்டத்தைப் போக்க இதுவரை அவர் என்ன உதவி செய்தார்? சீச்சி! பைத்தியக்காரி, பணம் இல்லை கையிலே. படுக்கையிலே அப்பா சாகக் கிடக்கிறார். அடுப்பிலே காளான் பூத்திருக்கிறது. உலகிலே பணம் படைத்தவர்கள் உல்லாசமாக வாழ்கிறார்கள். நீ வறுமையால்

உருக்குலைந்து போகிறாய். உன் அப்பா பிழைக்கவும், குடும்பம் நடக்கவும், நீ வாழவும் மிராசுதாரர் மார்க்கம் காட்டுகிறார். அதைப் பாரடி! பார்த்துப் பிழை"

"பணத்துக்காக உன் மானத்தை இழக்காதே"

"மானம் வேறு தொங்குகிறதா உனக்கு? உலகில் உண்ணச் சரியான உணவின்றி வாழ வழியின்றி இருப்பதனால், மானம் போகவில்லையா? சுத்தத் தரித்திரம், அன்னக் காவடி, நித்தியப் பட்டினி என்று இப்போது உலகம் உன் குடும்பத்தைத் தூற்றுகிறதல்லவா? கடன்காரன் கேட்கிறானே, வெட்கம், மானம், சூடு, சொரணை இல்லையா, வயிற்றுக்கு என்ன தின்கிறர்கள், என்று. மானம் இருக்கிறதா? அந்த நேரத்திலே, உன் குடும்பத்தை யாரடி மதிக்கிறார்கள்? பணமில்லை என்றால் பிணந்தானே!"

ஏழையாக இருக்கலாம். சகித்துக் கொள்ளலாம். ஆனால் விபசாரம் செய்து வாழ்க்கையை நடத்துவது என்றால் உலகம் வெறுக்கும்."

"உலகம் வெறுக்குமா? பேஷ்! பேஷ்! காந்தா! இப்போது உலகம் உங்கள் குடும்பத்திடம் பாசம் வைத்திருக்கிறதா? உலகம் உங்களிடம் ஆசை கொண்டால், இப்ப ஏனடி உண்ணவும் வழியின்றிக் கிடக்கிறீர்கள்? உலகமாம், உலகம்! எந்த உலகத்தைப் பற்றி உளறுகிறாய், புத்தகங்களிலேயே படிக்கிறாயே அந்த உலகமா! பைத்தியமே! அது வேறு! உண்மை உலகம் வேறு. ஏழைகளின் உலகமே தனிரகம். அதனை ஏறெடுத்துப் பார்க்காது, பணக்கார உலகம். பணக்கார உலகத்தின்மீது படை எடுத்துச் செல். உன் அழகையும் இளமையையும் அம்புகளாகக் கொள். மிராசுதாரர் வில்லாக வளைவார். உன் மனம் போனபடி, அம்புகளைப் பணக்கார உலகில் பறக்கவிடு. அப்போது அந்த உலகம் உன் காலடியில் வந்து விழும். செய்து பார்."

"காதைப் பொத்திக் கொள்ளடி காந்தா! அத்தகைய பேச்சைக் காதால் கேட்பதும் தோஷம். பணத்தைக் கண்டு மயங்காதேர. அது ஒரு பிசாசு!"

“பணமா பிசாசு? அந்தப் பிசாசுதானடி உலகிலே பூஜிக்கப்படுகிறது. அதன் கடாட்சம் இருப்பவர்களைத் தான், பூர்வ புண்ணியத்தால், நிம்மதியாகச் செல்வமாகக் குபேர சம்பத்துடன் வாழுகிறார்கள் என்று, உலகம் துதிக்கிறது. அதன் சக்தி அபாரம்! உனக்குத் தெரியாதா? அனுபவமில்லையா? இதோ உன் அப்பாவைப் பார். அவர் சாவதும், பிழைப்பதும், அந்தப் பிசாசைப் பொறுத்துத் தானே இருக்கிறது.”

“ஆமாம்! ஆனாலும்...”

என் மனத்திலே இந்தச் சொற்போர் நடந்தபடி இருந்தது. சாதாரண காந்தாவுக்கும் சஞ்சலப்படும் காந்தாவுக்கும் இந்தச் சம்பாஷணை நடந்து வந்தது.

அப்பா ஈனக்குரலுடன் இருமும் வேளையிலும், அம்மா விம்மும் வேளையிலும், தங்கை சாந்தா தன் முந்தானையால் கண்களைத் துடைத்துக் கொள்ளும்போதும், காசு தராவிட்டால் மருந்து கிடையாது என்று டாக்டர் கண்டிப்பாகக் கூறும்போதும், “காந்தா! இன்னமும் யோசிக்கிறாய்?” என்று ஒரு குரல் என் செவியிற் கேட்கும். “ஜாக்கிரதை காந்தா உன் கற்பை இழக்காதே” என்று மற்றோர் குரல் கூறும்.

குடும்பத்திலே வேதனை, அப்பாவின் உடலிலே வேதனை, என் மனத்திலும் வேதனை, இந்தச் சோதனையில் நான் தத்தளித்தேன். உலகிலே வழக்கப்படி காரியங்கள் நடைபெற்றுக் கொண்டிருந்தன. என் மனத்திலே எரிமலை இருப்பது பற்றி யாருக்கு என்ன கவலை. எங்கள் கஷ்டத்தை நிவர்த்திக்க ஒருவரும் முன் வரவில்லை. கண்ணாடியைக் காண நேரிடும்போது, “ஆமாம்! காந்தா, பார்த்தாயா? நீ எவ்வளவு இளையவள், நல்ல முகவெட்டு, அழகு ததும்புகிறது. ஆனால் அசடே! எவ்வளவு அவதிக்கு அளாயிருக்கிறாய். ஏன் இந்தச் சிறையிலே கிடக்கிறாய்? வா வெளியே! உன்னை வரவேற்க மிராசுதாரர் காத்துக் கொண்டிருக்கிறார்” என்று காந்தா நம்பர் இரண்டு கூறுவாள். காந்தா, நம்பர் ஒன்று “வேண்டாம் விபரீதப் புத்தி வினாசகாலே என்று எச்சரிக்கை செய்வாள். இந்த இரு காந்தாக்களின்

போராட்டம் இடைவிடாது நடந்தது இறுதியில் வறுமையால் வாடிய காந்தா நம்பர் ஒன்று வாழவேண்டுமென்று ஆசை கொண்ட காந்தாவிடம், இரண்டாம் நம்பர் காந்தாவிடம், தோற்றுத்தான் போனாள். மிராசுதாரர் அப்பாவை, மதன பள்ளிக்கு அனுப்பினார். அவருக்கு இல்லாத அக்கறையா? விஷயம் அப்பாவுக்குத் தெரியாதபடி மூடி வைத்தேன். ஊராரின் வாயை மூட முடியுமா? அம்மாவின் கண்ணீர் பெருகிற்று. "தலையிலே இடி விழுந்ததேடி பாவி" என்று அம்மா வைதார்கள். நான் பழைய காந்தா என்று எண்ணிக்கொண்டு! மிராசுதாரரின் மடியிலே விழுந்த எனக்கு, அம்மாவின் அழுகை பற்றி கவலை உண்டாகவில்லை. நான் ஆயிரந் தடவை அழுதிருக்கிறேன் முன்பு! அப்பா பிழைத்துக் கொள்வார் அது போதும் என்று இருந்தேன். ஆனால் அப்பா மதன பள்ளியிலேயே இறந்து விட்டார். பூவையும் குங்குமத்தையும் அம்மா இழந்தார்கள். நானோ, அழுதேன், புரண்டேன், அலறினேன். பிறகு, கண்களைத் துடைத்துக் கொண்டேன். புதிதாக எனக்குக் கிடைத்த பூவும் குங்குமமும் பெற்றுக் கொண்டு, புது உலகில் வசிக்கப் புறப்பட்டேன்.

மிராசுதாரரின் ஏற்பாட்டின்படி நான் வீட்டை விட்டு வெளியேறி தனிப் பங்களாவில் வசிக்கலானேன். நான் வாழ்வதுடன் என் உதவியைக் கொண்டு அம்மாவும் தங்கையும் வாழலாம். பணம் தர நான் தயாராக இருந்தேன். அம்மா ஒரு காசுகூட அந்த விபச்சாரியிடமிருந்து பெறமாட்டேன் என்று கூறிவிட்டார்கள். அம்மாவுக்குத் தெரியாது நான் எப்படி எப்படிக் குடும்பத்துக்கு உதவி செய்தேன் என்பது. ஏலம் போன வீட்டை மீட்டேன். என் பேருக்கு விலைக்கு வாங்கினேன். வீம்புக்கு அதை உயில் வேறு கைக்குப் போக விடுவேனோ? குடும்பம் நடத்த என்னிடம் பணம் வாங்க மறுத்து விட்டார்கள். ஆனால் நான் மாதா மாதம் பல அறநிலையங்களின் பெயர் வைத்துப் பணம் அனுப்பிப் கொண்டே இருந்தேன். அம்மாவுக்கு விஷயமே தெரியாது.

அம்மாவுக்கு ஒரு தம்பி உண்டு. சுத்த தத்தாரி. நாங்கள் கஷ்டப்பட்ட காலத்திலே கண்ணெடுத்தும் பார்த்ததில்லை. நான் மிராசுதாரரிடம் சிநேகிதமான பிறகு என்னை அண்டினான். அவன் அந்த உலகத்து ஆசாமி. அவன் மூலம் பணம் அனுப்புவேன். அவன்தான் கஷ்டப்பட்டு சம்பாதித்து அக்காவின் கஷ்டத்துக்கு உதவுவதாகக்

கூறி அம்மாவை ஏய்த்து வந்தான். இந்தத் தாராள தபால் சேவகன் உத்தியோகத்துக்குத் தக்க சம்பளம் தந்தும் வந்தேன். என்னிடம் பணமா இல்லை? பணம் என் பாதத்தைத் தொட்டு முத்தமிட்டுக் கொண்டிருந்தது. மிராசுதாரரின் 'மோகனாங்கி' ஆன பிறகு பணமே எனக்குப் பரிவாரம். உல்லாச உலகில் நுழைந்தேன். என் ஏற்பாட்டின்படி சாந்தாவுக்கு சங்கீத வாத்தியார் அமர்த்தப்பட்டார். அம்மா தன் தம்பியின் கருணைப் பிரவாகம் இது என்று எண்ணினார்கள். சாந்தாவின் குரல் குயில் போன்றது. வெகு விரைவிலேயே நல்ல பாடகியாகினாள். என் செல்வாக்கை உபயோகித்தேன். ரேடியோவிலே சாந்தாவுக்கு மாதத்திலே நான்கு முறை 'சான்ஸ்' கிடைக்க ஆரம்பித்தது. குடும்பக் கஷ்டத்தைத் தீர்க்க சாந்தாவின் சங்கீதம் உதவிற்று. ஆனால் அந்தச் சங்கீதத்தைப் பயன்படும்படி செய்தவள் யார்? அம்மாவுக்கு அது தெரியாது. சாந்தாவுக்கு ஜாடை மாடையாகத் தெரியும்.

மண்டையை உருக்கும் வெயிலில் இருந்துவிட்டுக் குளிர்ந்த சோலைக்குள் போய் உட்கார்ந்தால் எப்படி இருக்கும்? வாழ்க்கை எனக்கு அத்தகையதாயிற்று. உலகம் ஒருநாள், ஒரு வாரம், ஒரு மாதம் ஏதோ உளறிற்று. அதுவும் என் எதிரில் அல்ல. பிறகு என்னைப் பற்றிப் பேசுவதையும் விட்டு விட்டது. நான் குடிபுகுந்த குதூகலம் நிறைந்த புது உலகமோ என்னைக் கைலாகு கொடுத்து வரவேற்று அந்த உலகின் அழகைக் காணச் சொல்லிற்று. இவ்வளவு இன்பம் இருக்க இவற்றை விட்டு வீண் காலந்தள்ளினேன். மிராசுதாரர் வாங்கின மோரிஸ் மைனர் காரில் டிரைவர் துரைசாமி 40 மைல் வேகத்தில் ஓட்ட மிராசுதார் என் தோள் மீது கையைப் போட்டபடி இன்று தாராசசாங்கம் நாடகம் போகலாமா என்று கேட்கும்போது தான் ஆகட்டும், நாடகத்திலே உட்காரும்போது என் வைரத்தோடும் தொங்கட்டமும் ஒளிவிட சிவந்த என் அதரத்தைப் பிளந்து கொண்டு நகைப்பு ஒளி தரவும், அதைக் கண்டு 'குஷி ஆட்கள்' கண்ணை என் பக்கம் திருப்பிப் பூசை செய்யும்போதுதானாகட்டும், "டே! ராமா, டீ, போட எவ்வளவு நேரம் என்று நான் அதட்ட, 'வந்தேனம்மா' என்று பணிந்து கூறிக்கொண்டு சமையல்காரன் வரும்போதுதான் ஆகட்டும், இந்தப் புது மோஸ்தர் நிலக்கண்ணாடி பீரோ இந்த ஹாலிலே ரம்மியமாக இருக்கிறது என்று நண்பர்கள் புகழக் கேட்கும்போது தானாகட்டும், சுராஜ்மல் கம்பெனியார், புது மோஸ்தர் நகைகளை அனுப்பி வைக்கும்போது தானாகட்டும், நான் ஆனந்தம் அடையாமல்

இருக்க முடியுமா? இவ்வளவுதானா! என் புன்சிரிப்புக்கு மிராசுதாரர் ஏங்கிக் கிடப்பார். எனக்குத் தலைவலி என்றால் அவருக்கு மனவலி. டாக்டர்கள் இரண்டு மூன்று பேர் வந்து விடவேண்டும். எனக்கு என்ன தேவை என்பதை ஆராய்ந்து பார்த்து குறிப்பறிந்து நடப்பதே அவருக்கு வேலை. அவர் மனம் மகிழ்ந்தால்தான் மனோகரமாக வாழ முடியும் என்று கருதினார். பெட்ரோல் போடாத மோட்டார் ஓடுமா? அதுபோல் குஷியில்லாத குட்டியைக் கொண்டு எப்படிக் காலந்தள்ளுவது? குட்டிக்குக் குஷி பிறக்க வேண்டுமானால் என்ன வேண்டுமோ அதை வரவழைத்துத் தரத்தானே வேண்டும் என்று மிராசுதாரர் கூறுவார். அது நான் நுழைந்த புது உலகின் சட்டம். என் அழகுக்கு அவர் அடிமை. அந்த அழகு வளர வளர அவரது அடிமைத்தனமும் வளரும். ஆகவே, என் அழகை அதிகரிக்கச் செய்வதிலே எனக்கு அக்கறை பிறந்ததிலே ஆச்சரியம் என்ன? என்னுடைய 'பாஷன்' தான் 'மாடல்' ஆகிவிட்டது. 'ஜாலி கர்ல்' என்பது எனக்குப் புது உலகம் தந்த பட்டம். 'லக்கிபெலோ' என்று மிராசுதாரைப் பாராட்டுவார்கள். எவ்வளவு வறுமையில் வாடினேனோ, அவ்வளவு செல்வத்தில் புரண்டேன்.

தரித்திர நாராயணியாக இருந்த நான் தங்களுக்குச் சுந்தரியானேன், விசாரம் பஞ்சாய்ப் பறந்தது. பொன் குடத்துக்கு பொட்டிட வேண்டுமா என்பார்கள் பழமொழி. ஆனால் பொன் குடம் மெருகு பூசாது இருந்தால் எப்படிக் காணப்பட்டேன். ஆனால் முகத்திலே ஒருவித சோகம். கண்களிலே பசிக்குறி காணப்பட்டு வந்தது. புது உலகில் கிடைத்த மெருகு என் அழகை அதிகரிக்கச் செய்தது. மேகத்தை விட்டு வெளியேறிய நிலவு எப்படி இருக்கிறது, வறுமையை விட்டு நீங்கி வெளிவந்த என் வசீகரமும் அப்படியே இருந்தது. என் புது வாழ்க்கையில் நான் வாழ்வின் மதுபானத்தை மனங்கொண்ட மட்டும் பருகினேன். பரவசமானேன். எங்கள் அப்பாவை விரட்டிய மிராசுதாரர், என் விழியைத் தன் வழியாகக் கொண்டு என் பேச்சை வேதமாகக் கொண்டு என் மடியைத் தேவலோகம் எனப் புகன்று, என் சரசத்தை எதிர்நோக்கிக் கிடக்கும்போது, நானே பெருமையும் அடைந்ததுண்டு. பணம் என் கையிலே புரளும்போது பூரித்தேன். வசீகர வாழ்விலே வேகமாகப் புகுந்தேன். ஆழமாக நுழைந்தேன். ஆனந்த வல்லியானேன். உலகம் உயிரோடு என்னை முன்பு வாட்டிக்கொண்டிருந்தது. இப்போது? என் ஏவலாளியாயிற்று. இந்த நேரத்தில் என் அழகில் சொக்கி மிராசுதாரர் கிடக்கவும், மிராசுதாரர்க்குக் கிடைத்தவள் நமக்குக்

கிடைக்கவில்லையே என்று வேறு குட்டிக் குபேரர்கள் ஏங்கவும், ஆறு ஆண்டுகள் மூழ்கிக் கிடந்தேன். மிராசுதாரர் எனக்கு அலாதீன் தீபமானார். சோதிமயமான வாழ்வு வாழ்ந்தேன். ஊரார், அதாவது நான் முன்பு வசித்துக் கொண்டிருந்த உலகில் யார் என்ன பேசிக் கொண்டிருந்தார்களோ தெரியாது. அதனைக் கவனிக்க எனக்கு நேரமில்லை. விதவிதமாகச் சிங்காரித்துக் கொள்ளவும். வகைவகையான களியாட்டங்களில் ஈடுபடவும், பற்பல பக்தர்களுக்குத் 'தரிசனம்' தரவும், பலபேர் தவமிருந்து வரம் பெறாது திகைக்கக் கண்டு நகைக்கவும்; நேரம் இருந்ததே தவிர, அந்தப் பழைய உலகைப் பற்றி எண்ண நேரமேது? என் உல்லாச வாழ்வு உச்ச நிலையில் இருக்கையில் ஒரு நாள், இந்தச் சமயத்தில் சோமு என்னைக் கண்டால் என்ன எண்ணுவான்? என்று ஒரு புதுமையான எண்ணம் தோன்றிற்று. அந்த எண்ணம் வளரவும் தொடங்கிற்று. சில நாட்கள் சென்றன. சோமு என்னைக் காணும் சம்பவம் நிகழ்ந்தது.

பசி கிடையாது! தூக்கம் கிடையாது! தூக்கம் வராது! நாரதரின் தம்பூரு, நந்தியின் மத்தளம், அரம்பை, ஊர்வசியின் நடனம், காமதேனு, கற்பக விருட்சம், தங்கக் கோபுரம், பவள மாளிகை, பச்சைப் புற்றறை, சிங்கார நந்தவனம், பாரிசாத மணம்; இன்னும் 'தேவலோகத்தை' எப்படி எப்படியோ வர்ணிக்கிறார்கள். இவற்றைப் பெற நாம் ஏதோ புண்ணியக் காரியம் செய்யவேண்டும். செய்தால் இத்தகைய உலகத்திலே போய்ச் சுகமாக வாழலாம். கெட்ட காரியம் செய்தால் அக்கினிக் குண்டம் அகன்ற வாய்ப் பாம்பின் புற்று, நெருப்புச் சிலை, முள் பீப்பாய், செக்கு செந்தேள், ஈட்டி முனை, அரிவாள் நுனி, சம்மட்டி அடி, சக்கரம் என்று ஏதேதோ பயங்கரமான பொருள்கள் நிறைந்த நரகலோகத்தில் புகவேண்டும் என்று கூறுகிறார்கள். என்னைக் கேட்டால் சொல்வேன். பணம் படைத்தவர்கள், புராணப் புரட்டர்கள் என்றும் தேவலோகத்தை இங்கேயே அடைய முடியும். ஏழைகளுக்கு உலகம் நரக வேதனையைத்தான் தருகிறது. உதகமண்டல உச்சியிலே வெப்பத்தை நீக்கிக் கொள்ள நங்கள் போனபோது, 'தேவலோகம்' எங்களை வரவேற்றது. நான் மகா கெட்டவள், விதவைக் கோலத்தை விட்டு விபசாரியானேன். ஆகவே 'நரகம்' எனக்கு வரும் என்று புராணீகர்கள் கூறுவார்கள். ஆனால் தேலோகத்தில் நான் இருப்பது அவர்களுக்குத் தெரியுமோ? அழகிய பங்களா, அதை அடுத்துப் பூந்தோட்டம், அதிலே பல

வர்ணப் பூக்கள், வானத்திலே மேகம் மோகன ரூபத்தில் உலாவிற்று. பனிநீர் தெளிப்பது போன்ற சிறு தூறல், பட்டு விரித்தது போன்ற பாதை, மேனகை, அரம்பரையர் போன்ற மாதரின் சிரிப்பு, அருமையான சினிமா, ஆனந்தந் தரும் உண்டி வகைகள், ஆயாசத்தைப் போக்கும் கேளிக்கைகள், அடடா! உதக மண்டலத்தில் நான் கண்ட உல்லாசம், எனக்கு உச்சிமுதல் உள்ளங்கால் வரை புளகாங்கிதந்தான் இருந்தது. இவ்வளவு சுவை வாழ்க்கையிலே இருக்கிறது. வாழ்வது மாயம். மண்ணாவது திண்ணம் உலகமே மாயை என்று கூறும் பேர்வழிகளும் இருக்கிறார்கள். யாருக்கு உலகம் மாயை, பணம் படைத்தவர்களுக்கா? சுத்த பைத்தியக்காரத்தனமான பேச்சு. உலகம் அவர்களின் ஊஞ்சல். அவர்கள் அதிலே சாய்ந்து கொண்டு ஆடிச் சல்லாபிக்கிறார்கள். அதைக் கண்டு இல்லாத

வர்கள் எனக்கும் அங்கே இடங்கொடு என்று கேட்கத் தொடங்கினால் என்ன செய்வது என்று கிலி கொண்டு தந்திரமாக இந்த வேதாந்தத்தைப் போதித்து விட்டார்கள். சர்க்கரை டப்பியைக் குழந்தை எடுக்கப்போனால், வீட்டிலே சொல்லவில்லையா, ‘அதைத் தொடாதே அது மருந்து’ என்று குழந்தைகள் நம்பி விடவில்லையா? அதுபோல, ‘உலகம் மாயை’ என்ற பேச்சை விஷயத்தை உணராத வரையில் கேட்டு நம்பிக் கொண்டிருக்கிறார்கள். இதோ காய்கிற சூரியனையும் நாங்கள் ஏய்த்து விட்டோம். பேப்பரிலே படித்தோம் 110 டிகிரி, 108 டிகிரி, ஆறுபேர் மண்டை வெடித்து விட்டது. என்று வெயில் கொடுமையின் செய்திகளை. நாங்கள் சூரியனை அடங்கி ஒடுங்கி இருக்கும்படி செய்து விட்டோம். கொஞ்ச நேரம் வந்து உலவட்டுமா என்று எங்கள் அனுமதியைக் கேட்டுக் கொண்டு சூரியன் வந்து போவது போலத்தானே உதக மண்டலத்திலே இருந்தது. கண்ணுக்கும், கருத்துக்கும் இங்ஙனம் நாங்கள் விருந்து தந்து கொண்டு, வேடிக்கையாகக் காலந்தள்ளிக் கொண்டிருந்தோம்.

“பாம்பாக வந்தாண்டி அவன்
படுக்கையிலே புரண்டாண்டி
வேம்பென்று வெறுத்தேண்டி
பின்னால் வேதனைப் பட்டேண்டி,
கண்ணன் செய்த கபடம்

என்னை மிகக் கலக்கிவிட்டதடி
சொர்ண நிறமான பாம்பு
சொகுசாக ஆடு தென்றான்
கண்ணாலே காண்போம் என்றேன்
அது என் கன்னிப்பழம் தின்றதே''

என்று 'அல்லி' பாடினாள் என்பதாக என் வீட்டு வேலைக்காரப் பெண் எனக்குப் பங்களாத் தோட்டத்திலே பாடி கதை சொல்லிக் கொண்டிருந்தாள். அந்தப் பெண் கூறிய கதையைக் கேட்டுக் கொண்டு நான் என் பிரியமுள்ள குச்சு நாய் டைகரின் முதுகைத் தடவிக் கொடுத்துக் கொண்டு இருக்கும்போது, யாரோ என்னைப் பார்க்க வந்திருப்பதாக வேலைக்காரன் வந்து அழைத்தான். மிராசுதாரர் மைசூர் ரேசுக்குப் போய் விட்டார். ஆகவே, நானே வீட்டுக் காரியத்தைக் கவனித்துக் கொண்டிருந்தேன். கூப்பிடுவது யார்? என்று தெரியவில்லையா என்று வேலைக்காரனைக் கேட்டேன் இல்லை என்றான். எப்படி இருக்கிறான்? எதற்குப் பார்க்க வேண்டுமாம்? என்று கேட்டுக்கொண்டே உள்ளே போனேன். ஹாலில் ஒருவன் உட்கார்ந்து கொண்டு பேப்பரைப் படித்துக் கொண்டிருக்கக் கண்டேன். நேரே என் அறைக்குச் சென்று, அலங்காரம் ஏதாகிலும் குறைந்து விட்டதா என்று கண்ணாடியில் பார்த்துவிட்டு, ஹாலுக்கு வந்தேன். உட்கார்ந்திருந்த மனிதன் எழுந்து நின்றான். இருவரும் வாய் பிளக்க நின்றோம். என் எதிரில் நின்றவர் சோமு. எதிர்பாராத சந்திப்பு. ஒரே விநாடியில் என் மனத்தில் பல ஆண்டுகளாகப் படிந்திருந்த நினைவுகள் தோன்றி, என் உள்ளதை ஒரு விநாடியில் குலுக்கிவிட்டது. நான் ஆச்சரியப்பட்டது போலவே சோமுவுக்கும் இருந்திருக்கும். சோமுவும் ஆச்சரியத்தால் அசைவற்று, பேச்சற்று நின்றான். சோமு நான் அங்கு இருப்பதை அறிந்து வரவில்லை. நானும் வந்திருப்பது சோமு என்று எண்ண இடமே இல்லை. சோமு புதிதாக வந்துள்ள மோட்டார் தேவைப்படுமா? இல்லையானால் பழைய காருக்குப் புதுச்சாமான் தேவையா? என்று விசாரித்து வியாபாரம் செய்யவே அங்கு வந்தான் எனப் பிறகு தெரிந்தது. மோட்டார் கம்பெனியின் ஏஜெண்ட் வேலையில் சோமு இருப்பது எனக்கு எப்படித் தெரியும்? பங்களாக்கள் தோறும் சென்று மோட்டார் வியாபாரத்துக்கு ஆர்டர் சேகரிக்கும் வழக்கப்படி எங்கள் பங்களாவுக்குச் சோமு வந்தான். நல்ல கிராக்கி கிடைக்கும் என்று

எண்ணித்தான் உள்ளே நுழைந்து இருப்பான்! ஆமாம்! நல்ல கிராக்கியாகத்தான் கிடைத்தது!

பகுதி: 5

"யாரது, காந்தாவா?" என்று சோமு ஆச்சரியத்துடன் ஆவலுடன் கேட்டான். ஆமாம் என்று நான் கூறவில்லை. கூறுவானேன். அவருக்குத் தெரியவில்லையா என்ன? "அடையாளமே தெரியவில்லையே" என்றார் சோமு. அவர் கூடத்தான் மாறியிருந்தார். யார்தான் மாறாமலிருக்கிறார்கள்? எது மாறாது இருக்கிறது, சம்பிரதாயப்படி? ஆகவே, அதற்கும் நான் பதில் ஏதும் சொல்லவில்லை." "காந்தா, ஏன் பேசமாட்டேனென்கிறாய்" என்று கேட்டார் சோமு. பேச வேண்டுமாமே? நானே என்னிடம் பேச அவருக்கு அவ்வளவு ஆசையா? ஆசையை மட்டந்தட்ட வேண்டுமல்லவா? என் அளவு கடந்த ஆசையை அடியோடு அழித்தவர்தானே சோமு!

"உன்னைக் கண்டு நான் எவ்வளவு களிப்படைகிறேன். எவ்வளவு ஆவலோடு பேசுகிறேன். நீ என்னிடம் பேசவும் பிரியப்படவில்லையே. என்னைப் பார்க்க உனக்கு இஷ்டமில்லையா?" என்று சோமு சற்றுச் சோகத்துடன் கேட்டார்.

சோகமா! என் எதிரிலே தாரை தாரையாகக் கண்ணீர் விடட்டுமே. எனக்கென்ன? என் கண்களைக் குளமாக்கிய கொடுமையை நான் மறந்தேனோ, "சரி, இவ்வளவு வெறுப்புடன் இருக்கும் உன்னிடம் நான் ஏனம்மா பேச வேண்டும். ஏதோ பாலிய சினேகமாயிற்றே என்று பேசினேன். உனக்கு இப்போது புது அந்தஸ்து வந்துவிட்டது. பழைய மனுஷ்யாள் பிடிக்கவில்லைபோல் இருக்கிறது. நான் வருகிறேன்" என்று வாட்டத்துடன் சோமு கூறினான்.

போகாதே கண்ணே! என்று அவர் கையைப் பிடித்து இழுத்து மடியில் உட்கார வைத்துக் கொள்வேனா என்ன, போகிறேன் என்றால், செய்யுங்கள் என்றுதானே சொல்வேன். அவர் 'வாட்டம்' அவ்வளவு பெரிதா! நான் வடிய வாட்டத்தை விடவா...?

"நான் போய் வரட்டுமா?" என்று மீண்டும் கேட்டார் சோமு.

ஸ்நானத்துக்கு வெந்நீர் தயாராயிற்று என்று அதே நேரத்தில் வேலையாள் சொன்னான். இதோ வருகிறேன் என்று அவனுக்குப் பதில் கூறிவிட்டு, செய்யுங்கள் என்று சோமுவுக்கும் பதில் கூறிவிட்டு, சோபாவை விட்டு எழுந்திருந்து உள்ளே போனேன். டைகர் என் கூடவே வந்துவிட்டது. சோமுவிடம் நான் நடந்து கொண்டது தவறு என்கிறீர்களா?

ஹலோ!

யாரது?

நான்தான் சோமு!

சரி,

இன்று மாலை தியேட்டருக்கு வருகிறீர்களா!

சொல்வதற்கில்லை.

சொல்லக்கூடாதா?

புரோகிராம் தெரியாது.

காந்தா, இவ்வளவு கடுமையாக இருக்காதே என்னை நீ என்னவென்று நினைத்துக் கொண்டிருக்கிறாய்?

என்னவென்று நினைத்துக் கொள்ள வேண்டும்?

என்னைச் சித்திரவதை செய்கிறாய்.

அப்படியா?

ஆமாம், ஆமாம்.

சரி; சரி.

டெலிபோனை வைத்துவிட்டேன்; சோமு பதைபதைத்துக் கொண்டிருப்பார் அந்தப் பக்கத்திலே. படட்டும், படட்டும். நான் சித்திரவதை செய்கிறேனாம். ஏன் செய்யக் கூடாது?

இது டெலிபோன் மூலம் சோமு என்னிடம் சரசமாடிக் கண்ட பலன்! சோமுவுக்கு என் போக்கு உள்ளே சுவாலையைக் கிளப்பிவிடுமல்லவா. கடைசியில் ஒரு நாள் வீட்டிற்கு வந்து வலிய பேசத் தொடங்கினான்.

"காந்தா என்னைச் சற்று நம்பு. நான் முன்பு செய்தது தவறு. உன்னை நன் கொடுமைப்படுத்தினேன். அதை மறந்து விடு. இப்போது நான் மனமார நேசிக்கிறேன்."

நேசியுங்களேன், அதில் என்ன தப்பு? யார் வேண்டாமென்கிறார்கள்?

இவ்வளவு வெறுப்பாகப் பேசாதே காந்தா, வேலால் புண்ணைக் குத்துவதுபோல் இருக்கிறது.
என்னை என்ன செய்யச் சொல்கிறீர்கள்?

என்ன செய்வதா? என்மீது அந்தக் கடுமையான பார்வையைச் செலுத்தாதே. பழைய காந்தாவாக இல்லையே நீ.

பழைய காந்தாவும், புதுக் காந்தாவும். இது என்ன பித்தம்?

பித்தந்தான், ஆனால் அதற்கு நீதான் காரணம்.

நானா?

ஆமாம், என்னை நீ இன்னமும் வாட்டாதே. நீ இனி இப்படியே நடந்து கொண்டால், நான் தற்கொலை செய்து கொள்வேன்; அந்தக் காலத்தில் நீயாக என்னை மணம் செய்த கொள்ள விரும்பியபோது, நான் முட்டாள்தனமாக மறுத்துவிட்டேன். வாழ்வைப் பாழாக்கிக் கொண்டேன். உன்னை இங்குக் கண்டது முதல் என் மனம் ஒரு நிலையில் இல்லை.

இது சகஜம். கொஞ்ச நாளில் சரியாகிவிடும்.

காதகீ, பாதகீ, போக்கிரி என்று கூறிக்கொண்டே சோமு கன்னத்தில் அடித்தார. நான் கோபித்தும் கொள்ளவில்லை, சிரித்தேன். அவருடைய மனத்தில் எரியும் வேதனையில் என் சிரிப்பு எண்ணெய் வார்த்தது போலிருந்தது. தலைகால் தெரியாமல் என்மீது மோகங்கொண்டு விட்டார். அவரது ஆசை நிறைவேறும் முன்னம்; அவர் எவ்வளவு பட வேண்டுமோ அவ்வளவும் பட்டுந்தான் ஆகவேண்டும். பழி வாங்காது விடக்கூடாது என்றுதான் எனக்குத் தோன்றிற்று. அந்த எண்ணம் எனக்கு உண்டானதில் ஆச்சரியமுண்டா?

“அஷ்ட தரித்திரனுக்கு அதிர்ஷ்டம் வந்தால் அர்த்த ராத்திரியில் குடை பிடிப்பான் என்பதுபோல், கேவலம் சோற்றுக்கே வழியில்லாது இருந்தவள் ஜாதி ஆசாரத்தை விட்டு, குலத்தைக் கெடுத்துக் கொண்டு எவனுடனோ குலாவி வாழ்கிறாள். அவளுக்குக் கர்வம் இல்லாமலா போகும்? ஆனால் இந்த வாழ்வு எத்தனை நாளைக்கு இருக்கமுடியும்? மிராசுதாரரின் சினேகிதம் போனால் லாட்டரி அடிக்க வேண்டியதுதான். என்ன கர்வம் எவ்வளவு அலட்சியம் என்னைக் கலியாணம் செய்து கொள்ளும்படி கடிதம் போட்டாளையா அந்தக் குட்டி. இப்போது அவள் செய்கிற பிகுவும் பேசுகிற பேச்சும் எப்படி இருக்கிறது தெரியுமா? அந்தக் கடிதம் கூட என்னிடம் இருக்கிறது” என்று சோமு கோபத்துடன் பங்களாத் தோட்டக்காரனிடம் கூறினாராம். அவனைச் சந்தித்து என்னைப் பற்றி விசாரித்து விட்டு பிறகு தமக்கிருக்கும் துக்கத்தை ஆற்றிக் கொள்ள ஆத்திரத்தோடு என்னைத் திட்டி இருக்கிறார். தோட்டக்காரன், ‘ஐயா’விடம் சொல்லிவிட வேண்டும் என்றான். நான் வேண்டாம் என்று

தடுத்துவிட்டேன். என்னைச் சோமு வைத்து எனக்குக் கோபம் தரவில்லை. அந்தத் தட்டு சோமுவின் மனத்திலே மூண்டுவிட்ட ஆசையிலே தோன்றியது அல்லவா? நான் உதாசீனமாக நடத்த, நடத்த, அந்தத் தீ கொழுந்து விட்டு எரியத்தானே எரியும்! தீ எரியும்போது வேதனை தாளமாட்டாது இப்படியெல்லாம் பேசிக்கொண்டுதான் இருக்கச் சொல்லும். என்னைச் சோமு உதாசீனம் செய்தபோது என் துக்கத்தை தலையணையிலே நீராகப் பெருக்கித் தீர்த்துக் கொண்டேன். நான் பெண்பால், அவர் ஆண்பிள்ளை! ஆத்திரத்தைக் காட்டுகிறார். காட்டட்டுமே, அது எனது வெற்றியைத்தானே வெளிப்படுத்திற்று! சபாஷ் காந்தா, என்று என்னை நானே பாராட்டிக் கொண்டேன்.

* * *

நேரில் பேசிப் பயனில்லை. டெலிபோனில் பேசிப் பயனில்லை. கெஞ்சியும், கொஞ்சியும், மிரட்டியும் திட்டியும் எதனாலும் பலன் கிடைக்காமல் போயிற்று. ஆனால் சோமுவுக்கு வெகு வேகமாக வளர்ந்து கொழுந்து விட்டெரிந்த தீ அணையுமா? எப்படியேனும் என்னை இணங்கச் செய்ய வேண்டுமென்று கருதி மறுபடியும் ஒருநாள் வீடு வந்து பேசினான். அப்போது நான் “சிறந்த வேதாந்தியான நீர் கேவலம் காந்தகாரத்திலே மூழ்கலாமோ? எவ்வளவு படித்தவர், என் போன்ற கெட்டவளின் சகவாசம் ஆகுமா? வேண்டாம் சோமு விட்டுவிடு. நான் என்ன, என்னைவிட உன் மனைவி அழகு, என்று கூறுகிறார்கள்” என்று நான் சோமுவுக்குப் புத்திமதி கூறத் தொடங்கினேன்.

“காந்தா! வேதாந்தமெல்லாம் போய் வெகுநாட்களாகிவிட்டன. கையில் இருந்த காசில் பெரும்பகுதி அந்த இழவுக்கே அழுதுவிட்டேன். கடைசியில் ஒரு பணக்காரப் பெண்ணைக் கலியாணம் செய்து கொண்டேன். ஆனால் வாழ்க்கையிலே ருசி இல்லை. உன்னைக் காண்பதற்கு முன்பும் நான் எத்தனையோ முறை உன்னைப்பற்றி எண்ணி எண்ணி ஏங்கியதுண்டு.”

“என்னைப் பற்றிய சேதியைக் கேள்விப்பட்ட பிறகுமா?”

“ஆமாம்! நான்தானே உன்நிலை கெட்டதற்குக் காரணம். நான் வீணான வேதாந்தமும், விரசமும் கொண்டு, ஏதோ உலகிலேயே நான்தான் புது நாயன்மார் என்று எண்ணிக்கொண்டு, கலியாண பந்தமே கூடாது என்று நினைத்துக் கொண்டிருந்தேன். அதனாலேயே, உன்னை நான் கலியாணம் செய்து கொள்ள மறுத்தேன். இந்த ஆறு வருடத்தில் நான் அநேக பாடங்கள் தெரிந்து கொண்டேன். உலகில் வாழ்க்கை இன்பம் இருக்க வேண்டுமானால், மனமொத்த காதலியைக் கூடி வாழ வேண்டும். பாடுபட்டுப் பிழைக்க வேண்டும். பலருக்கு நன்மை தரும் காரியம் செய்ய முயலவேண்டும். வெட்டிக்கு வேதாந்தம் பேசிக்கொண்டு, பணத்தையும், காலத்தையும் பாழாக்கிக் கொண்டு இருக்கக் கூடாது. காந்தா! நான் மணம் செய்து கொண்டவளுக்கு என்னிடம் ஆசை இருக்கக் காரணமில்லை. எனக்கும் அவளிடம் ஆசை கிடையாது. ஆனாலும் ஏதோ வாழ்ந்து வந்தேன். உன்னைக் கண்டது முதல், நீ அன்று மூட்டிவிட்ட காதல் பெரிய ஜூவாலையாகிவிட்டது. இனி உன்னோடு வாழ்ந்தால்தான் நான் வாழமுடியும் என்னை நீ ஏற்றுக் கொள்.”

“அது எப்படி முடியும்?”

“ஏன் முடியாது? என்மீது உனக்கு ஆசை இல்லையா? நிச்சயமாகச் சொல் காந்தா. ஆசை இல்லையென்றால் அடிக்கடி உன்னைக் கண்டு பேச அனுமதிப்பாயா? உன்னைக் கன்னத்தில் அடித்ததைக் கூடப் பொறுத்துக் கொண்டாயே. தோட்டக்காரன் எதிரில் திட்டினேன். பிறகும் என்னிடம் சகஜமாகவே பேசுகிறாயே! இருப்பதை மறைக்காதே என் மீது ஆசை உண்டு உனக்கு. முன்பு உன் ஆசையை நான் வீணாக்கினேன். இன்று நம்மிருவர் விருப்பமும் ஒன்று கலக்கட்டும்.”

“அதுதானே முடியாது.”

“ஏன் காந்தா முடியாது?”

“நான் வேறொருவனின் பொருள். என்னை வறுமைப் பிணியிலிருந்து மீட்டு, உலகில் நிம்மதியாக வாழச் செய்யும் மிராசுதாரரின் வைப்பாட்டி. ஆமாம்! உமது மனைவியாக இருக்கத்

தவம் கிடந்தேன். முடியவில்லை வேறு ஒருவன் பெண்டானேன். அவன் விட்டுச் சென்றான். காட்டு ரோஜாவாக இருந்தேன். கவலையில் மூழ்கினேன். துக்கத்தில் துடித்தேன். கஷ்டத்தின் மேல் கஷ்டம் வந்தது. காப்பாற்றவோ ஆதரவு தரவோ, ஐயோ பாவம் என்று சொல்லவோ யாரும் முன் வரவில்லை. குடும்பத் தொல்லை கொட்டிற்று. விஷம் தலைக்கேறிற்று. சோமு! நான் விபச்சாரியாக வேண்டிய நிலையும் வந்தது. நான் குலமாதாக, குடும்ப விளக்காக, உன் தர்மபத்தினியாக இருக்க அவாவினேன். இன்று உனது கண்களை மயக்கும் காமவல்லியாக இருக்கிறேன். பணம் படைத்த நீ என்னை மணந்து கொள்ள மனமின்றி கைவிட்டாய். வேறோர் பணக்காரப் பெண்ணை மணம் செய்து கொண்டாய். வாழ்க்கையிலே வசீகரம் இல்லை என்று இன்று வருத்தப்படுகிறாய். ஏற்பாரற்றுக் கிடந்த ஏழையாகிய நான் விதவையாகி வேதனைப்பட்டபோது எனக்கு வாழ்வு என்ற ஒன்று இருக்க முடியுமா? என் இளமையும், அழகையும், அன்பையும், ஆவியையும் உனக்கு அர்ப்பணம் செய்ய நான் முன்வந்தேன். உன் காலடியிலே வைத்தேன். நீ உதைத்துத் தள்ளினாய். இப்போது என்னை அடையவேண்டுமென்று அலைகிறாய், என் மனம் அந்நாட்களில் பட்ட பாடு என்ன என்பது உனக்குத் தெரியுமா? ஒரு பெண் தன் கூச்சத்தையும் விட்டு தன்னைக் கலியாணம் செய்து கொள்ளும்படி கடிதம் எழுதவும் துணிந்தாள் என்றால் அவளுடைய விருப்பம் எவ்வளவு அதிகமாக இருந்திருக்கும் என்பதை எண்ணிப்பார்த்தாயா? பணக்காரக் குடும்பத்தவராக இருந்தால் உமக்கு உள்ளம் என்ற ஒரு வஸ்து இருக்கும் என்பதுகூடத் தெரியாது போயிற்று. பணம் குறையக் குறைய நீர் உமது வைராக்கியத்தை விட்டு, ஒரு பெண்ணை மணந்துகொண்டீர். அன்று என்னை உதறித் தள்ளினீர். இன்று என்னைத் தூக்கிக் கொண்டு வருகிறீர். ஆனால், உமது பிடிக்கு அகப்பட முடியாத உயரத்தில் நான் இருக்கிறேன். எனக்கு இப்போது வாழ்க்கையைப் பற்றிய கவலை இல்லை. வேண்டியதைப் பெறப் பணம், ஏவல் புரிய ஆட்கள், சிங்கார மாளிகை, செல்வச் சாமான்கள், நகைகள், நாசூக்குகள் எல்லாம் காத்துக் கொண்டு கிடக்கிறேன், என் முகத்தைத் தனது 'மோட்ச லோகம்' என்று கருதும் ஒரு சீமானின் ஆதரவில் நான் இப்போது இருக்கிறேன். நீ என்னைத் தொலைவில் நின்று, கண்டு பெருமூச்செறியலாமே தவிர, அடைய முடியாது. நான் மாடியில் நிற்கிறேன். நீ படிக்கட்டில் நிற்கிறாய். நான் முன்பு அபலை. அப்போது ஆதரிக்க முன் வரவில்லை, நீ. இப்போது நான்

உன்னை ஏற்றுக் கொள்ள முடியுமா? மேலும் மிராசுதாரர் என்னாவது...”

“அவன் மண்டையில் இடி விழட்டும் எனக்கென்ன?”

“உமக்கு ஒன்றுமில்லைதான். ஆனால் எனக்கு?”

“உனக்குப் பணத்தின்மீது அவ்வளவு பேராசையா பிடித்து விட்டது?”

“பேராசையல்ல! அதன் அருமையைத் தெரிந்து கொண்டேன். அடைந்தும் இருக்கிறேன் அதை இழக்க மனம் வருமா?”

“பணந்தானா பெரிது?”

“சந்தேகம் என்ன? வாழ்க்கையில் பணம் பிரதானமாக இருக்கும் விதமாகத்தானே உலகம் இருக்கிறது. ஏழையென்றும், பணக்காரரென்றும் இரு ஜாதிகள் உலகில் இல்லாமல் ஒரே ஜாதியாக இருந்தால், இந்த எண்ணம் எனக்கும் இராது. இந்தக் கேள்வியும் பிறந்திராது. பணமின்றி எங்கள் குடும்பம் பாடுபட்டபோது, பணமா பெரிது என்று வேதாந்தம் பேசிக் கொண்டு, எங்களை யாரும் காப்பாற்ற முன் வரவில்லையே. பணம் எந்த விதத்திலோ என்னிடம் வந்த பிறகுதானே நான் பரிமளத்தோடு வாழ முடிந்தது” என்று கூறினேன். சோமு தேம்பித் தேம்பி அழ ஆரம்பித்ததைக் கண்டேன். என்னால் அதற்குமேல் பிடிவாதம் செய்ய முடியவில்லை. ஆகவே, நான், “அழாதே கண்ணா, நான் உன்னை அதிகமாகத்தான் வாட்டி விட்டேன். இதோ பார்! கொஞ்சம் சிரி, இன்னமும் ஏன் துக்கம். இதோ போதுமா, இன்னொரு முத்தம் தரட்டுமா, ஆஹா முகத்திலே இப்போதுதானே சந்தோஷம் தோன்றுகிறது. சோமு, இப்படி உன்னைத் தழுவிக் கொண்டு கொஞ்சிக் குலவ நான் எவ்வளவு நாட்கள் எண்ணி எண்ணிக் கிடந்தேன் தெரியுமா. வியர்வையைத் துடைத்துக் கொள். இதோ முந்தானையால் துடைத்துக் கொள். இனி உனக்கு நான் விருந்தாக இருப்பேன், பயப்படாதே. மிராசுதாரர் கண்களில் படக்கூடாது. விஷயம் அவர் காதுக்கு எட்டக் கூடாது. கொஞ்சம்

இரகசியமாக இருக்கட்டும். ஆனால் நீதான் என் ஆசை நாயகன், என் இன்பக் களஞ்சியம், என் உல்லாசப் புருஷன், என் உயிருக்குயிர், ஏன் இன்னமும் விம்முகிறாய் கண்ணே! இதோ பார். இப்படி இருந்தால் நான் மறுபடியும் கோபித்துக் கொள்வேன் பார், பார் மடியிலே படுத்துக் கொண்டாயே. என் மடிதான் உனக்கு மஞ்சமா? என்று சோமுவிடம் கொஞ்சி விளையாடினேன். என்னிடம் தஞ்சமடைந்த சோமு என் இதழ் சுவைத்தான், முத்தம் தந்தான், இன்ப ஆற்றிலே நீந்தினோம். ஆறு ஆண்டுகளுக்கு முன்பு அடைய முடியாமற்போன சோமு இன்று என்னிடம் அடைக்கலம் புகுந்து விட்டான் அடிமை நம்பர் இரண்டு என்று என் மனத்திலே பதிவு செய்து கொண்டேன்.

சோமுவும் நானும் மிக்க சல்லாபத்தோடு சில நாட்கள் உதகமண்டலத்தில் இருக்க முடிந்தது. மைசூர் ரேசுக்குச் சென்றிருந்த மிராசுதாரர் பலத்த நஷ்டத்துடன் உதகை வந்தார். சென்னைக்குப் பயணமானோம். சோமு புதிய மோட்டார் கம்பெனியின் சென்னை ஆபிசுக்கு வேலையை மாற்றிக் கொண்டு, சென்னை வந்து சேர இரண்டு மாதங்கள் ஆயின, அதுவரை எங்களின் இன்பக் கணைகளாகக் கடிதங்கள் இருந்தன. காதல் சுவை சொட்டச் சொட்டக் கடிதம் எழுதுவார் சோமு. நானும் மனமகிழ்ச்சி அவருக்குத் தெரிவிப்பேன். இருவரும் ஆவலோடு ஒருவரை ஒருவர் ஆலிங்கனம் செய்து கொள்ளும் நாளும் வந்தது.

சோமுவின் வரலாற்றைக் கூற மறந்து விட்டேனே. அடைந்த ஆனந்தத்தில் அதை மறந்தேன். என்னை வெறுத்து வேதாந்தத்தைத் துணைக்கழைத்துக் கொண்டு தீர்த்த யாத்திரைக்குக் கிளம்பின சோமு, மோட்டார் ஏஜண்டாகி மோகணாஸ்திரத்தால் தாக்கப்பட்டு என்னை வந்தடைவதற்கு முன்னால் பரம்பொருளை நாடி பல பல குருமாரை அடுத்தாராம், வேதாந்தம், சித்தாந்தம் பயின்றாராம். பூசைகள் பலப்பல செய்தாராம். ஒவ்வொரு குருவும் ஒவ்வோர் விதமான வழி காட்டிகளாம். ஆண்டவனைக் காண ஒவ்வொரு வழியும் ஒவ்வோர் ஆயிரம் ரூபாயை விழுங்கிற்றேயொழிய, ஆண்டவ தரிசனம் ஆலயத்தில் காண்பதோடு நின்று விட்டதாம். லோகமே மாயை, வாழ்வதே அநித்தியம் என்று போதித்த குருமார்கள், ரொக்கத்தைப் பற்றி அக்கறை கொண்டதையும் ஒரு பூசா முறையை மற்றோர் பூசா முறைக்காரர் குறை கூறுவதையும்

ஒரு தத்துவத்தைக் கூறி, மற்றோர் தத்துவத்தை ஒருவர் போதிப்பதையும், எல்லாத் தத்துவக்காரரும் பணத்தினிடம் மட்டுமே பரமபக்தி கொண்டிருப்பதையும் சோமு தெரிந்துகொள்ள நெடுநாட்கள் பிடித்தனவாம். அனுமத் உபவாசிகளாம் மாகாளியைக் கூப்பிட்டபோது வரவழைக்கும் மகா மந்திரவாதிகளாம் மற்றும் யாராரோ, சோமுவுக்கு இருந்த மதப்பித்தைச் சாக்காக வைத்துக் கொண்ட மட்டும் கொள்ளையிட்டுக் கொழுத்தார்களாம். பணம் குறையக் குறைய தாயின் திட்டு அதிகரித்ததாம், இவரின் புத்தியும் துலங்கிற்றாம். பிறகுதான் வடநாட்டில் உள்ள ஒரு வக்கீலின் மகளை மணந்து கொண்டு வாழ்க்கையை நடத்தினார். தாயும் காலமானார்கள். பம்பாயில் மோட்டார் கம்பெனி ஒன்றில் வேலைக்கு அமர்ந்தார். அதன் உதவிக் பிராஞ்சுக்குச் சசனுக்காகத் தன் மனைவியுடன் வந்திருந்த போதுதான் என்னைக் கண்டார்.

சென்னையிலிருந்து சோமு வந்த பிறகு மிராசுதாரர், கண்களுக்குத் தெரியாதபடிதான் எங்கள் சந்திப்பும் சல்லாபமும் இருந்து வந்தன. ஆனால் நாங்கள் மிராசுதாரரின் கண்களை ஏய்த்தோமே தவிர, காதை அடைத்து வைக்க முடியுமா? மிராசுதாரர், அடிக்கடி என்னிடம் உறுமத் தொடங்கினார். சோமுவிடம் கூறும்போதெல்லாம், “கிடக்கிறான் தள்ளு, நான் பார்த்துக் கொள்கிறேன்” என்று தைரியமூட்டினார். மிராசுதார் என்மீது கொண்டிருந்த ஆசை இந்த வதந்திகளால் மட்டும் குறைந்து விட்டதாகக் கூறுவதற்கில்லை. அவருடைய பொக்கிஷமும் வறண்டு வரத் தொடங்கிற்று. ஆகவே, சோமுவிடம் நான் காசு எதிர்பார்த்து நேசங்கொள்ளவில்லை என்ற போதிலும், அவராகப் பணம் தரும்போது கூறிவிட மனம் வரவில்லை. ருக்குவின் தோடும் தொங்கட்டமும், நோட்டும் ரூபாயுமாக மாறின. அவளது தங்கச் சங்கிலியும், தாழம்பூ வளையலும் என்னிடம் பண ரூபத்திலே வந்தன. இவற்றைச் சோமு கூறவில்லை, நான் கேள்விப்பட்டது. தனது மனைவியிடம் தொந்தரவு செய்து நகைகளைக் கழற்றி விற்று எனக்குப் பணம் தருவதாகக் கூற சோமு எப்படிச் சம்மதிப்பார்? நான் கேட்கும்போதெல்லாம் இந்த மாதத்தில் கமிஷன் அதிகம் கிடைத்தது என்று பொய் கூறுவார். ருக்கு அவரது மனைவி, நான் இருந்திருக்க வேண்டிய இடத்தில் வந்து நின்றவள் – நகைகளை மட்டுமா இழந்தாள், பாவம் கலங்கியிருப்பாள்; கதறியிருப்பாள். நன் என்ன செய்வது? நான் வாழ வேண்டுமானால்; இதைக்

கவனித்தாலா முடியும்? பிறர் அழ, அதுதான் வாழும் பேர் வழி உலகில் நான் ஒருத்திதானா? வட்டிக்காரர்கள் வாழ்கிறார்களே. நான் மட்டும் ஏன் வீண் வேதாந்தம் படித்தும் பாழ்படவேண்டும்? ஒருவர் வாழ மற்றொருவர் பாழாக வேண்டுமா என்று என்னைக் கேட்டால் கூடாது என்றுதான் சொல்லுவேன். ஆனால், நீ வாழ்வது அவ்விதமாக இருக்கிறதே "ருக்கு தன் கணவனைப் பிரிந்து வாழுகிறாளே. நகைகள் போய் விட்டன என்று நொந்து கொள்கிறாளே. அவளுடைய கஷ்டத்துக்கு நீதானே காரணம். அவள் அழ, நீ சிரித்துக் கொண்டு சிங்காரியாக வாழ்கிறாயே, தகுமா?" என்று கேட்பீர்கள், நான் சொல்லுகிறேன். "தகாதுதான். ஆனால் என்னைக் கேட்கிறீர்களே, மற்றவர்களைக் கேட்பதுதானே! பலருடைய சிங்கார வாழ்வு இவ்விதமாகத்தானே இருக்கிறது? என்னைப்போல் இன்பத்தை விற்பவரைத்தானே குறை கூறுகிறீர்கள். இதையும் கொடாது ஏய்த்துப் பிழைக்கும் பேர்வழிகள் ஏழைகளின் ஏமாளித்தனத்தைத் தனக்குச் சாதகமாக்கிக் கொண்டு சொகுசாக வாழ்வோர் இல்லையா? இதோ என் மிராசுதாரரின் வாழ்வு இன்பமயம், அவரது பண்ணையாள் பகல் பட்டினி. இதையும் கேளுங்கள், இத்தகைய முறையே கூடாது என்று சொல்லுங்கள். உலகத்தை ஒழுங்காக அமைத்துவிடுங்கள். நான் மட்டுமா? ஏய்த்துப் பிழைக்கும் எவருக்கும் இடமில்லாதபடி செய்து விடுங்கள். அது நல்லது என்பேன், என்னை மட்டும் தண்டித்து விட்டு பிறரைச் சும்மா விட்டுவிடுவதென்றால், அது தகாது.

என்னுடைய டாம்பீக வாழ்வுக்கு ஏற்றவிதமாக நடந்து கொள்ள சோமு முயன்றதில் அபாரமான செலவு ஏற்பட்டுக் கொண்டே வந்தது. வேலையும் போயிற்று. வேறு வேலைக்குச் செல்லவில்லை. தானே யாரையோ பிடித்து ஒரு மோட்டார் ஏஜென்சி எடுத்தார். அதற்குப் பாக்கி இருந்த நகைகள் அடகு. பாவம், தனது நிலையை மட்டும் என்னிடம் காட்டிக் கொள்வதில்லை. சோமு மட்டுமா? மிராசுதாரரே சற்று அடங்கிக் கிடந்தார். அவருக்கு வறட்சி, ஆகவே சோமு விஷயமாகக் கண்டுங்காணாது இருந்துவிட்டார். இவ்விதமாகவே மூன்றாண்டுகளுக்கு மேல் நடந்தது.

பகுதி: 6

சோமு, என் ஆசை நாயகனாக இருக்க வேண்டிய சூதும், வஞ்சனையும் பொய்யும் நிறைந்த நடத்தைகளைச் செய்து வந்து, அதிக பழக்கமாக்கி விட்டது. யாரோ லிலி என்ற ஆங்கிலோ இந்திய லேடியாம், வயது அவனைவிட அதிகமாகவே இருக்கும். அவளைப் பிடித்துக் கொண்டு ஆடத் தொடங்கினான். என் காதுக்கு இது முதன்முதல் எட்டியபோது நான் கண்டித்தேன். இனி என் வீட்டு வாயிற்படி ஏறக்கூடாது என்றேன். 'இல்லை கண்ணே! வியாபாரச் சம்பந்தமாக அவளிடம் பழகினேன். உன்னை நான் விடுவேனோ மறப்பேனோ' எனக் கெஞ்சினான். ஆனால் காரியம் மிஞ்சிக் கொண்டே வந்தது. சோமுவின் நடத்தையை மிராசுதாரரே எனக்கு எடுத்துக் கூறி, எச்சரித்து வந்தார். சோமுவின் கெட்ட குணம் தெரிந்தால் நான் அவனைவிட்டு விடுவேன். தனக்கு முழுச் சொந்தம் ஏற்படும் என்று மிராசுதாரர் எண்ணினார்.

"காந்தா! கை சலிக்காதுதானே உனக்கு நான் பணம் கொடுத்தேன். கடைசியில் துரோகம்தானே செய்தாய்."

"துரோகமென்ன செய்தேன். நமது குடும்பச் செலவுக்கு ஏற்றபடி உம்மால் பணம் தர முடியவில்லை. ஏதோ பால்ய சினேகமாயிற்றே என்று சோமுவைக் கேட்டேன். அதனால்தானே காலந்தள்ள முடிகிறது. உமது வருவாய் குறைந்துவிட்டது என்பதற்காக எந்தச் செலவைக் குறைத்துக் கொள்ள முடிகிறது?"

"முடியுமா? முடியாததுதான். பிறந்தது முதல் பணத்திலேயே புரண்டவள்."

"போதும் நிறுத்துங்கள். பிறக்கும்போது யாரும் தங்கக் கவசத்தோடு பிறப்பதில்லை. கஷ்டப்பட்டுக் கொண்டுதான் இருந்தேன், உம்மை யார் என்னை இழுத்து இப்படிச் செலவிட்டு வாழும் வாழ்க்கையில் கொண்டு வரச் சொன்னது?"

"சரியான கேள்வி."

'நன்றாக வாழ்ந்து கொண்டிருந்தவள்' திடீரென்று எப்படி வாழ்க்கையை மாற்றிக் கொள்வது? நாலு பேர் கை தட்டிக் கேலி செய்யமாட்டார்களா? உங்களுக்குத் தானே அது கேவலம். மிராசுதாரர் பாடு தீர்ந்து விட்டது. காந்தா பாடு காய்ந்து விட்டது என்று கூறுவார்களே. அக்குறை வராமல் பார்த்துக் கொள்கிறேனேயொழிய எனக்கென்ன உம்மீது ஆசை குறைந்து விட்டதா? சோமுமீது ஆசை புரண்டோடுகிறதா?"

"ஆசை இல்லாமல்தானா அவன் பேருக்கு உயில் எழுதியிருக்கிறாய்?"

"உயில் எழுதினேனா? நானா?"

"உயிலென்றால் உயிலேதான்? உன் பேருக்கு 20,000 ரூபாய்க்கு இன்ஷியூர் செய்திருக்கிறாயே, அது நீ இறந்துவிட்டால் அவனுக்குத்தானே போய்ச் சேர வேண்டுமென்று எழுதியிருக்கிறாய்."

"அப்பா! அதையா சொன்னீர்கள். அதற்குப் பணம் அவரே கொடுக்கிறார். வந்தால் அவரே எடுத்துக் கொள்கிறார். நமக்கு என்ன இதிலே நஷ்டம்?"

"ரொம்ப நியாயந்தான்"

"சரி சரி பேச்சை நிறுத்தும், என் இஷ்டம்"

"ஆமாம்! உன் இஷ்டப்படிதான் காரியம் நடக்கிறது. நடக்கட்டும், நீ அவனை நம்பிக்கொண்டு இரு. அவன் லிலியை இழுத்துக் கொண்டு திரியட்டும்."

"லிலியோடாவது திரியட்டும், ரோசோடாவது அலையட்டும், எனக்கென்ன? நான் எப்படி அவரைக் கட்டுப்படுத்த முடியும். நான் உம்மைப் பிரிய இசைகிறேனா? அதுபோல அவருக்கும் நான் மட்டும் போதவில்லை அலையட்டும்."

"அலையட்டும், தொலையட்டும், உன் உயிரையும் போக்கட்டும், எனக்கென்ன?"

"என் உயிரைப் போக்கத்தான் நீங்கள் உதித்தீர்களே. அவர் ஏன் போக்குகிறார்."

"ஏனோ? உன் உயிர் போனால் எனக்காக 20,000 ரூபாய் வரப் போகிறது!" என்று மிராசுதாரர் கேட்டார். இந்தச் சம்பாஷணை எனக்குச் சஞ்சலத்தையும், திகிலையும் உண்டாக்கிற்று. என் உயிருக்கே ஆபத்து வருமோ என்று அஞ்சினேன்.

மிராசுதாரருக்கும், எனக்கும் நடந்த காரமான பேச்சிலே என்னிடம் கடைசியாக அவர் கூறிய வார்த்தை என் மனத்தில் பெருந்திகிலைக் கிளப்பிவிட்டது. ஒரு வேளை பணத்துக்கு ஆசைப்பட்டுக் கொண்டு சோமு... சீச்சி, என் மீது அவருக்கு எவ்வளவு பிரியம். என் பொருட்டு எவ்வளவு சொத்து போயிற்று. ருக்குவைக் கூட மறந்தார். அவர் கேவலம் பணத்துக்காக என் உயிரைப் போக்குவாரா? சே, ஒருக்காலும் செய்யமாட்டார். ஆமாம் என்மீது ஆசையிருந்தால் ஏன் அந்த ஆங்கிலோ மாதைக் கட்டி அழுகிறார். இது ஒரு பேச்சாகுமா? ஏதோ ஆண் பிள்ளைதானே அவளிடம் ஒரு மயக்கம். அதற்காக என்னைக் கொல்லத் துணிவாரா? ஒருக்காலும் இல்லை. மிராசுதார் வீணாக மிரட்டுகிறார் என்று நானே எண்ணிக் கொண்டேன். ஒரு விதமான பயம் என் மனத்தில் புகுந்துவிட்டது. மருண்ட கண்ணுக்கு இருண்ட இடமெங்கும் பேய் என்பார்களே, அதுபோல எனக்குச் சோமுவின் பேச்சும் நடத்தையும் வரவர திகிலைக் கிளப்ப ஆரம்பித்தது. சந்தேகம் பலமாகி விட்டது. முதல் நாள் சற்று ஜாக்கிரதையாகவே நடந்து கொண்டு வந்தேன். லிலியின் நடவடிக்கைகளையும் கவனித்துக் கூற ஏற்பாடு செய்தேன். மிகவும் சீர் குலைந்த என் வாழ்வில் செந்தேன் போல் வந்து சேர்ந்தார் என்று சோமுவை நான் எண்ணியது போய், எந்த நேரத்தில் என்ன ஆபத்து

வருமோ என்று அஞ்சத் தொடங்கினேன். ஆனால் சோமு எப்போதும் போலவே என்னிடம் பிரியமாகவே நடந்து வந்தார். ருக்குவைக் கூடத் தாய் வீட்டுக்கு அனுப்பிவிட்டார்.

திடீரென்று ஒரு தினம் ருக்கு இறந்து விட்டதாகத் தந்தி வந்தது சோமுவும் ஊருக்குச் சென்று இரண்டு வாரங்கள் கழித்து சென்னைக்குத் திரும்பினார். திரும்பியவர் மனைவி இறந்ததாகத் தேம்பி அழவில்லை. துளியும் துக்கங் காட்டவில்லை. ஆனால் எனக்கு ஆச்சரியத்தையும், பயத்தையும் கிளப்பிவிட்டது அதுவல்ல. சோமுவிடம் பணம் தாராளமாக நடமாடத் தொடங்கிற்று. பணம் ஏது என்று விசாரித்தேன். ருக்கு 5,000 ரூபாய்க்கு இன்ஷ்யூர் செய்யப்பட்ட செய்தி கிடைத்தது. ருக்கு இறந்தால் பணம் கணவனுக்கு என்று இன்ஷ்யூர் இருந்ததாம். ருக்கு இறக்கவில்லை. கொல்லப்பட்டாள் என்று உடனே தோன்றிற்று. பணத்துக்காக மெல்ல மெல்லக் கொல்லும் ஏதோ ஒரு வகை விஷத்தைக் கொடுத்துச் சோமு தன் சொந்த மனைவியைக் கொன்று விட்டான் என்று மிராசுதாரர் கூறினார். சுத்த அபாண்ட பழி... என்று மிராசுதாரரிடம் நான் வாதிட்டேன். ஆனால் என் மனத்தில் மிராசுதார் கூறியதே உண்மை என்று தோன்றிற்று. இயற்கையாக மரணமடைவதுபோல் ஏதோ சூது செய்துதான் சோமு ருக்குவைக் குற்றுயிராக்கித் தாய் வீட்டுக்கு அனுப்பினான் என்று தீர்மானித்தேன். ஆனால் சோமுவை நான் எப்படிக் கேட்பது?

இன்ஷ்யூர் கம்பெனிக்கு எழுதி, நான் இறந்தால் சோமுவுக்குப் பணம் போய்ச் சேரவேண்டும் என்பதை மாற்றிவிட்டால், என் உயிருக்கு ஆபத்து இராதல்லவா? அதுவே நல்ல யோசனை, என் பெயருக்கும் எழுத வேண்டாம். உன் தங்கை பேருக்கு எழுதிவிடு என்று மிராசுதாரர் கூறினார். இதைச் செய்யத்தான் சமயம் பார்த்துக் கொண்டிருந்தேன். சோமுவுக்குச் சந்தேகம் வராத விதத்திலே காரியத்தை நடத்த எண்ணினேன். ஏனெனில் நான் உயிரையும் இழக்க விரும்பவில்லை. இன்ஷ்யூர் விஷயத்தில் நான் அவசரப்பட்டு ஏதாகிலும் செய்தால் சோமு கோபித்துக் கொண்டு என் சினேகமே வேண்டாமென்று கூறிவிடுவார். அல்லது பணம் இல்லாமற் போனால் போகிறது என்று பழிதீர்க்க என்னைக் கொல்ல முயன்றால் என்ன செய்வது என்று பலவிதமான பயம் பிடித்துக்கொண்டது. சோமுவின் பக்கத்தில் படுத்துத் தூங்க பயந்தேன். அவன் கொண்டு வரும் சிற்றுண்டி, அவன் அனுப்பும்

டானிக் இவற்றைக் கூட உபயோகிப்பதில்லை. எதிலே என்ன விஷம் கலந்திருக்குமோ என்ற பயமாகவே இருந்தது.

பயங்கொண்ட எனக்குச் சோமு, பழையபடி தீர்த்த யாத்திரை போனால் என்ன? அவனுக்கு இன்பமூட்டும் என்னை அவனால் வாழ்க்கையை வளைத்துக் கொண்டு விபசாரியான என்னை – விபசாரியாகியும் அவனுக்கு விருந்தான என்னைக் கொன்று பணம் பெற எண்ணிடும் பேர்வழி தீர்த்த யாத்திரைக்
குத்தானா போகவேண்டும், பரலோக யாத்திரைக்குப் போனால்தான் என்ன? என்னிடம் ஆசை போய், என் பணத்தை எவளோ ஒரு சட்டைக்காரிக்குக் கொடுக்கத் துணிந்தபிறகு, சோமு இறந்தால் என்ன? அவனைக் கொன்றால்தான் என்ன? என்று கோபம் உண்டாயிற்று.

இந்தச் சமயத்தில் எங்கள் வீட்டு வேலைக்காரியின் சிறுபெண் இறந்துவிட்டது. நோய் நொடி ஒன்றுமில்லை. குழந்தை இறந்த செய்தியைக் கூறிய வேலைக்காரி மூலம் ஒரு பயங்கரமான உண்மை வெளியாயிற்று. அதாவது என்னைக் கொல்ல ஏற்கெனவே ஏற்பாடு செய்து விட்டான் என்பது.

அவன் தரும் தின்பண்டங்களை நான் தின்னாததால் எனக்கு விஷமூட்டச் சோமு விசித்திரமான முறையைக் கையாண்டான். அது என்னைக் கொல்லுவதற்குப் பதிலாக வேலைக்காரப் பெண்ணைக் கொன்றுவிட்டது.

ஒரு நாள் சோமு எனக்கு ஜவ்வாது டப்பி ஒன்று வாங்கிக் கொடுத்தான். புருவத்துக்கு ஜவ்வாது கலந்த மை பூசிக் கொள்வது வழக்கம். நான் மறந்தாற்போல் அந்த டப்பியை எங்கோ வைத்துவிட்டேன். அது காணாமற் போய்விட்டது. அது வேலைக்காரப் பெண்ணிடம் அகப்பட்டதாம். அதைத்தான் அந்தப் பெண் பிரதி தினம் புருவத்துக்குப் பூசிக் கொண்டே வந்தாள். அது மெல்ல மெல்ல அவள் உயிரைப் போக்கும் விஷம் கலந்த ஜவ்வாது. அந்தப் பெண் குழந்தையின் அழகை வருணித்த வேலைக்காரி, என் ஜவ்வாது டப்பியை எடுத்துச் சென்று பூசிக்கொண்டு வந்த செய்தியைக் கூறினாள். அதைக் கேட்டதும்

எனக்கு என்னமோ சந்தேகம் தோன்றிற்று. அந்த டப்பியை எடுத்து வரச் சொல்லி மிச்சமிருந்த ஜவ்வாதை ஒரு டாக்டரிடம் அனுப்பிச் சோதிக்கச் செய்ததில், அதில் ஒரு வகையான விஷம் கலந்திருப்பதைக் கூறினார். இன்னமும் சும்மா இருக்க என் மனம் இடந்தருமா? ஜவ்வாதில் விஷமிட்டு என்னைக் கொல்லத் துணிந்தானே, பாதகன் என்று என் மனம் பதறிற்று. எவ்வளவு உறவாடினேன். கடைசியில் எவ்வளவு துரோகச் சிந்தனை கொண்டான் சோமு. என் உயிரைக் குடித்து விட்டு அவன் லிலியுடன் குலாவிக் கொண்டிருக்க விடுவேனா? அவன் எனக்குப் பயணற்றுப் போனான். ஆகவே, அவன் இனி எனக்குத் தேவையில்லை. பயணற்றுப் போனதுடன், என் உயிருக்கு உலை வைக்கவும் துணிந்தான். ஆகவே, அவன் உலகில் இருக்கவும் விடக்கூடாது என்று தீர்மானித்தேன். என் ஆசையை மறக்க அவன் துணிந்தபோது அவனிடம் நான் ஏன் பாசம் காட்ட வேண்டும்? அவன் என்னைக் கொல்லு முன்பு நானே அவனைக் கொல்லுவது என்று துணிந்தேன்.

கொலை நடந்த இரவு – மிராசுதாரர், என்னிடம் ஒரு கடிதத்தைக் கொடுத்தார். அது லிலி வீட்டு பட்லரிடமிருந்து பெற்ற கடிதம். அதில் ஆங்கிலத்தில் இருந்ததை அவர் படித்து விளக்கினார். ரோஜா புஷ்பத்தில் திராவக ரூபமான விஷத்தைத் தெளித்து எனக்குத் தருவது என்றும்; அது உயிரைப் போக்கி விடுமென்றும் பணம் விரைவில் கிடைக்குமென்றும் சோமு லிலிக்கு கடிதத்தில் எழுதியிருந்தான். பணம் பெறாமல், வர வேண்டாம் என்று லிலி கடுமையான உத்தரவிட்டதால் சோமு ரோஜா புஷ்பத்தில் விஷமிட்டு என்னைக் கொல்ல 'பிளான்' போட்டு விட்டான். லிலி குடித்து மயங்கியிருந்த வேளையில் பட்லர் இக்கடிதத்தையும், சோமு எழுதிய வேறு கடிதங்களையும் எடுத்து வந்து மிராசுதாரரிடம் கொடுத்தான். அவன் மிராசுப் பண்ணையில் ஒரு காலத்தில் வேலை பார்த்தவன்.

இக்கடிதத்தைக் கண்டதும், என்னையுமறியாமல் என் கண்களில் நீர் பெருகிற்று. மிராசுதாரர், "பைத்தியமே அவன் வந்தால், வராதே என்று கூறிவிடலாம்." ஏன் பயம் என்று தேற்றினார். "வேண்டாம்! இன்று ஓர் இரவு மட்டும் என் இஷ்டப்படி நடக்க உத்தரவு கொடுங்கள்" என்று கெஞ்சினேன், அவரும் சம்மதித்தார்.

இரவு சோமு வந்தான். வாட்டமுற்ற முகம், வஞ்சனை துளியும் தெரியாதபடி நடந்தான். கையிலே நான் எதிர்பார்த்த ரோஜா இருந்தது. நானும் நன்றாகவே நடித்தேன். ரோஜாவைப் பெற்றுக் கொண்டேன். ஏதோ வேலையாக உள்ளே போவது போல் போய், அந்த ரோஜாவை வைத்துவிட்டு, நான் வாங்கி வைத்திருந்த ரோஜாவைத் தலையில் அணிந்து கொண்டு சோமுவிடம் வந்து கொஞ்சலானேன். ஐடையில் இருப்பதைத் தெரிந்து கொண்ட சோமு மிக்க மகிழ்ச்சி அடைந்தான்.

“சோமு! உன்னை ஒரு கேள்வி கேட்கப் போகிறேன்” என்று நான் பேச்சைத் துவக்கினேன்.

“ஓராயிரம் கேள் ஒய்யாரி” என்றான் சோமு.

“எனக்கு நீ ஜவ்வாது வாங்கிக்கொண்டு வந்தாயே, அது ஜவ்வாதுதானா?” என்று கேட்டேன்.

“ஆமாம், ஏன்? என்ன விசித்திரமான கேள்வி?” என்று சோமு கேட்டுவிட்டுச் சிரித்தான். ஆனால் அவன் முகத்தில் சிறிது பயமும் தட்டிற்று.

“அந்த ஜவ்வாது ஒரு பெண்ணின் உயிரைத்தான் போக்கிற்று” என்று நான் துணிந்து கூறினேன்.

“என்ன காந்தா! விடுகதை பேசுகிறாய்” என்று கேட்டான் சோமு. அவன் குரலில் நடுக்கம் உண்டாயிற்று.

“டாக்டரின் பரீட்சை நடந்தது” என்று நான் சொன்னேன்.

“பைத்தியமா, உனக்கு? உளறுகிறாய்! ஜவ்வாதுக்கும் டாக்டருக்கும் என்ன சம்பந்தம்?” என்று கேலிபோல் சோமு பேசினான். ஆனால் முகத்திலே வியர்வை முத்து முத்தாகத் தோன்றிவிட்டது.

“ஜவ்வாதில் கலந்திருந்த விஷத்துக்கு என்ன பெயர்” என்று தைரியமாகவே நான் கேட்டேன்.

“இது என்ன கிரகசாரம் காந்தா? நீ கூறுவது எனக்கொன்றுமே புரியவில்லையே” என்றான் பாசாங்குக்காரன் பாதகன்.

“புரியாது, ஆனால் எனக்குப் புரிந்து விட்டது. என் உயிரின் விலை 20,000 ரூபாய் அல்லவா?” என்றேன் நான்.

“நான் இனி அரை க்ஷணமும் இங்கு இருக்கமாட்டேன். உன் பணத்துக்காக உன்னைக் கொல்ல நான் உனக்கு ஜவ்வாதில் விஷமிட்டுக் கொடுத்தேனோ? இது என்ன அபாண்டம்” என்று கூறிக்கொண்டே சோமு, “ஏதோ ஒரு காகிதம் கொடு; என் பெயருக்கு நீ எழுதி வைத்திருக்கும் இன்ஷ்யூர் தொகையை மாற்றிவிட்டு, நான் வெளியே போகிறேன். அரை விநாடிகூட இந்தப் பழிச்சொல்லைக் கேட்ட பிறகு, அந்தப் பணத்துக்கு நான் சொந்தக்காரனாக இருக்க மாட்டேன். யார் பேருக்கு மாற்றி எழுத வேண்டும் சொல்” என்று கோபத்துடன் கேட்பவன்போல் சோமு நடித்தான்.

“லிலி பேருக்கு எழுது” என்று நான் கூறினேன்.

“விளையாடாதே” என்றான் சோமு.

“ஏன் விளையாடக் கூடாது?” என்று கேட்டுக் கொண்டே, நான் அவனைத் தழுவிக் கொண்டேன். அந்த நேரம் வரையில் அவனுடன் கோபித்துக் கொண்டு பேசிய நான், திடீரென்று அவனை அணைத்துக் கொள்ளவே சோமு பயந்தான். “இதென்ன சோமு! ஒரு பெண் தழுவிக் கொண்டால் பயப்படுவதா?” என்று நான் கேலி செய்து சிரித்தேன். என் சிரிப்பிலே கோபமே தொனித்தது. அவனும் என் கூடவே சிரித்தான். ஆனால் முகம் பயக்குறிகளையே காட்டிற்று. என் கை பெருவிரலில், நான் ஓர்

இடும்பு உறை போட்டுக் கொண்டிருந்தேன். அது, ஜவ்வாது டப்பியின் மேல் மூடிதான்.

அதைக் காட்டினேன் சோமுவிடம், “இதுதான் சோமு, அந்த ஜவ்வாது டப்பியின் மூடி. இந்த டப்பியிலிருந்த ஜவ்வாதைப் பூசிக்கொண்டுதான் என் வீட்டு வேலைக்காரியின் பெண் இறந்துவிட்டாள். ஜவ்வாதில் விஷங்கலப்பது சாமர்த்தியமாகாது. அந்த டப்பியின் மேல் மூடியிலே கலக்க வேண்டாம்” என்று கூறிக்கொண்டே, ஆக்ரோஷத்துடன் சோமுவை அணைத்துக் கொண்டு அவனது நெஞ்சுக் குழியில் கைப் பெருவிரலில் போட்டிருந்த இரும்பு மூடியை வைத்து அழுத்தினேன். திடுக்கிட்ட சோமு திணறினான், என் பிடி தளரவில்லை. அவனது கண்கள் வெளியே வந்து விடும் போலிருந்தன. நான் பயப்படவில்லை. அவனைக் கொன்று விடுவதென முடிவு செய்த பிறகு பயம் ஏது? அப்போது அந்த வஞ்சகன் சரேலென்று என் ஜடையில் கை வைத்து ரோஜாவை எடுத்து அதனை என் நாசியில் வைத்து அழுத்தினான். இரும்பு தன் உயிரைக் கொல்லும் முன்னம் மலர் என் உயிரைக் கொல்லுமென்று எண்ணினான். “உன் ரோஜா வேறு, இது வேறு” என்று நான் கூறிக்கொண்டே, நெஞ்சுக் குழியில் அதிக பலத்தோடு அழுத்தினேன். கண்கள் மூடிக் கொண்டன, கை தளர்ந்து கீழே தொங்கிற்று, கழுத்து சாய்ந்தது, சோமு பிணமாகக் கீழே விழுந்தான். பிணத்தை ஹாலிலேயே கிடத்திவிட்டு, நேரே என் அறைக்குச் சென்று, அவ்வப்போது துண்டு துண்டாக எழுதி வைத்திருந்த இந்த என் வரலாற்றை எழுதி முடித்தேன். ஒரு கொலை செய்துவிட்டு, இவ்வளவு “பாரதத்தை” எப்படி எழுதினேன் என்று ஆச்சரியப்படுவீர்கள். தங்கை சாந்தாவுக்கு விஷயம் தெரியட்டும் என்றுதான் எழுதினேன். தூக்குமேடை ஏறப்போகும் நான், என் துயர்மிக்க கதையை என் தங்கைக்கேனும் கூறாவிட்டால் மனம் துடிக்கும். ஆகவே, நிம்மதியுடன் சாவதற்காகவே இதை எழுதினேன்.

* * *

கன்னியாக இருக்கையில் காதல் கொண்டு, அது கனியாததால், வெம்பிய வாழ்வு பெற்று, விதவையாகி, விதவைக் கொடுமையிலிருந்து விடுதலை பெற விபசாரியாகி விபசார

வாழ்க்கையிலே ஆனந்தம் பெற ஆசை நாயகனைப் பெற்று, அவனது துரோகத்தால் துயருற்று, அவனைக் கொன்ற காந்தாவின் கதை இதுவே. போலீசாரிடம் தானே நேரில் சென்று கூறி, கொலையை ஒப்புக்கொண்டு, தடுமாற்றமின்றி கோர்ட்டில் நின்று தண்டனை பெற்று, தூக்கு மேடை ஏறி, தன் வாழ்வைத் துண்டித்துக் கொண்டாள் காந்தா. போலீசுக்குப் போகும்

முன்னம், கறுப்புச் சீலையைப் போர்த்திக் கொண்டு, சாந்தாவைக் கண்டு செய்தி ஏதும் பேசாது, "இதோ, இதுதான் உன் காந்தா!" என்று கூறிவிட்டு – வரலாற்றுக் கட்டை அவளிடம் தந்து போனாள். அந்தக் காட்சியை இன்னும் சாந்தா மறக்கவில்லை! எப்படித்தான் மறப்பாள்?

(திராவிட நாடு - 1942)

★ ★ ★

9 788198 796356

Printed at Repro India Ltd.